増進
10倍！

附
QR Code
音檔連結
字母筆順
影片

泰語字彙
讀寫力

泰文怎麼説、如何寫
一點就通！

ให้ความสามารถในการอ่านเขียนภาษาไทยเพิ่มขึ้น ๑๐ เท่า

陸生／著

目的達泰語教室協力製作

監製／鄭海倫 Helen

校對／黃則揚 Erik

中泰翻譯及羅馬拼音轉換／杜莉英

笛藤出版

前 言　บทนำ

《增進10倍泰語字彙讀寫力》的教學目的是以訓練學生正確的泰語語音發音和拼讀能力為主。教材用國際音標(註)標注泰語母音、子音和單詞，讓學生在教師的指導下，借助國際音標正確地掌握泰語語音的發音部位和發音方法，為今後更進一步的學習和深造打下良好基礎。課文編寫從講授泰語語音發音部位和發音方法開始，對說中文的學生較難分辨的語音進行對比發音訓練；讓學生在學習泰語語音拼讀規則後，練習拼讀按學習內容先後順序編排的單音節詞和雙音節詞，使學生在初學泰語階段能夠有一個扎實的泰語語音功底，為今後的學習鋪平道路。

教材編有大量常用辭彙，教師可根據學生實際情況選擇教學。另外，教材還配有影音檔，供學生課後學習。

教材在編寫過程中得到楊光遠教授的指導，他對教材進行細緻的修改，在此表示衷心的感謝。

教材得以出版還要感謝重慶大學出版社外語分社的大力支持。

由於編者水準所限，教材難免有錯漏之處，敬請專家和廣大讀者指正。

編者

2010年1月

註：本書繁體版已改為羅馬拼音

承蒙廣大泰語專業師生的厚愛，此書得以再版。此次再版，編者對泰語連音部分的內容作了些調整，把泰語連音分作帶後置子音和帶前置子音的兩類連音來講授，便於學生更加容易理解泰語語音系統和進行泰語語音學習。

泰語語音的學習是泰語學習的重要階段，其教學重點要放在培養學生的泰語單詞的拼讀與書寫能力上，而不要把主要的精力投入到泰語單詞的講解和記憶中去。只要學生"見字能拼、見詞能讀"，並且能正確發音、書寫，就達到此教材編寫的目的了。為了更好地配合泰語語音的教學和學習，我們特別製作了影音教學檔案與教材一同出版。

教材的再版難免還有錯漏之處，敬請專家和廣大讀者指正。

編者
2012年3月

〈增 進10倍泰語字彙讀寫力〉原書為陸生博士編著：重慶大學出版社出版的〈大學泰語教程〉。

從接洽出版社到改為繁體字版，校訂，錄音整個過程長達兩年半，期間經歷：

1. 改用台灣地區慣用詞
2. 變更羅馬拼音拼法
3. 字母筆順影片重製
4. 兩次的全文錄音
5. 多達五次的校對
6. 排版製作細修完稿

為求精細起見，全書錄音後因部分音調不夠精確而全部重錄，也曾多次內部開會討論字詞的合宜與否，反覆校訂，再三再四的小心謹慎，就是為了讓這本書的品質維持目的達已出版『泰文字母聽‧說‧寫』的好品質，當然也為了廣大讀者的研讀舒適感及目的達泰語教室長年建立起來的良好聲譽。

選定本書的理由，是因台灣長年以來：

1. 中高級泰語學習教材稀少

2. 無兼顧學術與實用的泰語教材

3. 以旅遊會話為主的教學內容到時候該提升到更高的層次了

本書特出之處在於：

1. 所選例字量多且又兼顧音韻順序，而非常見的分類詞彙，或僅按字母順序的類辭典，相當難得。

2. 作者陸生教授早年留泰取得泰語博士學位，在雲南民族大學泰語系所教學數十年，著述態度謹慎嚴謹。

我個人嗜書成癮，自6-7歲認字以來閱讀不斷，數十年來讀過各類書籍不計其數，特別喜歡自學外語，家中所藏的各類外語學習書籍滿滿半牆面。偶見本書，深感讚嘆，於是主動請笛藤接洽版權，並蒙任教雲南民族大學泰語系好友岩溫罕先生全力協助溝通，期間經『泰文字母聽‧說‧寫』作者黃則揚（Erik老師）反覆校對及目的達泰語教室工作人員：目前就讀政大會研所的泰緬華僑杜莉英協助增加「中泰翻譯及羅馬拼音轉換」，陳燕玲精心製作泰文字母筆順電子版動畫筆順。眾人投入大量的時間與精力，為的是有本高品質繁體中文正規泰語教材問世，然而，即使已盡力周延，恐怕

บทนำ(ต่อ)

仍有盲點，懇請各位先進及諸位讀者不吝指正，衷心感激。

　　在此謹祝　所有泰語學習者在學習的路上時時提升眼界，遠眺高山，邁步向前，舉足不歇，是所祝禱。

目的達泰語教室

鄭海倫（Helen老師）

2017.5.

確實又是一本值得推介的好書。長久以來，由於台灣較缺乏泰語的教科書，因此多多少少也使得有這方面需求的讀者，感到不方便。這本由陸生老師所編寫的「基礎泰語教程」，正好可以提供想要大量練習發音的初階讀者們閱讀。本書內容在泰語的拼音、發音方面，提供了相當多系統化的練習，以及近似發音的比較，相信對於各位讀者們將會有莫大的助益。

這本「增進10倍泰語字彙讀寫力」內容，由子音的中音、高音、低音的三組子音字母出發，分別練習聲調變化及發音法，先由簡單的子音與母音的相互拼音起，再漸漸導入聲調符號及尾音，由淺入深地學習。其中附有大量的例字練習，可讓讀者們從中累積大量拼音經驗。唯這些大量的單字，目的僅在於拼音、發音練習上。只要見字能發其音，便是達到目的，而不在於要讀者將單字全部熟背，否則便本末倒置了。

除此之外，尚精心錄製了發音音檔與字母書寫筆順影片，由泰國人親自錄音，口音漂亮清楚，也相當便於讀者的學習。因此若讀者們仔細用心閱讀，搭配著發音音檔跟著開口唸，相信想學好基礎的泰語拼音，並不是件難事！敬祝各位讀者們，學習順利成功！

目的達泰語教室　泰文字母與拼音講師

黃則揚 (Erik)

目　錄

Contents

♪ **MP3音檔請至連結下載或掃描QR Code**

▶ MP3音檔

▶ https://bit.ly/ThaiX10

（※輸入時請注意大小寫區別。）

泰文字母筆順示範影片連結使用說明：

1.電腦上觀看

　　請直接於電腦網頁輸入下列網址，點選影片直接觀看。

　　▶ 泰文子音筆順影片：https://goo.gl/JwmWW3

　　▶ 泰文母音筆順影片：https://goo.gl/nve4ae

　　（※輸入時請注意大小寫區別。）

2.手機上觀看

　　用手機掃描下方QR Code，點選播放鍵即可觀看。

　　▶ 泰文子音筆順影片　　　▶ 泰文母音筆順影片

3.至YouTube網站輸入關鍵字

　　「目的達泰語教室」及「子音筆順」或「母音筆順」。

泰語語音系統概述

　　泰國位於東南亞中南半島中部和馬來半島北部，面積約51.4萬平方公里。泰國氣候為熱帶季風氣候，常年氣溫在24～38 ℃。

　　泰國有近800年的歷史和文化，原名暹羅。泰國先後經歷了素可泰王朝、大城王朝、吞武里王朝和曼谷王朝，人口約為6400萬人，90%以上的居民信仰佛教，還有少數信奉伊斯蘭教、基督教和天主教等。

　　13世紀蘭甘亨碑文是泰國目前發現最早、最完整的泰文文獻。根據碑文記載，西元1283年素可泰王朝蘭甘亨國王在古高棉文和孟文基礎上創造了泰文。泰文是拼音文字，由"子音＋母音＋聲調"或者"子音＋母音＋尾音＋聲調"拼合成詞。句子書寫順序是從左到右，句子之間一般不用標點符號，只用空格相隔。

　　泰語為泰國官方語言，以首都曼谷語音為標準音。按照語言譜系分類，泰語屬漢藏語系壯侗語族壯傣語支。它與壯語、傣語、布依語、侗語、水語、黎語、仡佬語、毛難語以及緬甸的撣語、老撾的老語、越南的岱語等在語言系統上屬同一語族。

　　泰語和親屬語言有許多的共同特點。比如：母音都有長短對立；子音尾音一般有鼻音和塞音兩大類；每個音節都有聲調；修飾限制性結構一般是中心詞在前，修飾成分在後；親屬語言間有不少同源詞；主要靠詞序和虛詞來表達語法意義，基本詞序是主－謂－賓等。泰語除了具備這些共同特點外，也有自己的一些特色。比如泰語有連音，有顫音[r]，有不少巴利語、梵語、英語借詞；人稱代詞分敬稱、謙稱、卑稱、泛稱、單數、雙數、多數；定語位置一般都在中心語之後；指示代詞在整個修飾片語的後面等。

　　泰語內部有方言、土語的區別。泰國學界按照使用地區主要把泰語劃分為四種方言：北部方言、中部方言、南部方言和東北部方言。各方言間不一定能對話，它們的差別都主要表現在語音和辭彙上，但語法方面基本是一致的。

　　下面我們來介紹泰語的語音系統。

　　語音是由發音器官各部分協同動作產生的。人類的發音器官分三大部分：肺、聲帶、共鳴腔。肺是發音動力的基地。聲帶是語音的發音體，聲帶和語音的高低關係最為密切。聲音的高低升降是由聲帶繃緊或放鬆所決定的。共鳴腔主要指口腔、咽腔和鼻腔。口腔是人類發音器官中最重要的部分，包括唇、舌、軟齶、小舌等。鼻腔位於口腔的上方。咽腔位於喉頭的上面。

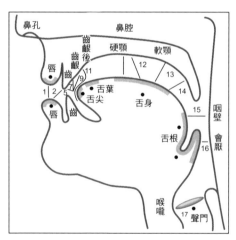

圖1 發音器官圖

一　泰語母音

　　不同的母音主要是由於口腔的不同形狀造成的。口腔改變形狀的方法有三種：把嘴巴張得大些或者小些；把舌頭往前伸或者往後縮；把嘴唇縮起或者展平。這三個方法可以歸結為舌位的高低、舌位的前後和嘴唇的圓展。每個舌面母音都可以根據這三個方面與其他母音區別開來。

　　母音舌點陣圖中每一個點表示舌位的每一個位置。直線表示舌位的高低，橫線表示舌位的前後。不圓唇母音在直線的左邊，圓唇母音在直線的右邊。按照某個母音的舌點陣圖上的位置，我們就能知道這個母音舌位的前後、高低的狀態。

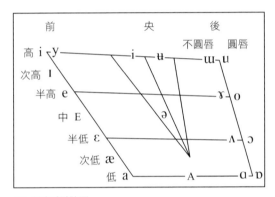

圖2 母音舌點陣圖

　　泰語單母音音素有18個，字母18個。泰語母音有長短之分。長母音發音時間相對較長，短母音發音時間持續相對較短。長短母音在泰語中區別詞義。

一 單母音 •• • 🔊 001

母音	◌ะ	◌า	◌ิ	◌ี	◌ึ	◌ื	◌ุ	◌ู
音標	[a]	[ā]	[i]	[ī]	[œ]	[œ̄]	[u]	[ū]

母音	เ◌ะ	เ◌	แ◌ะ	แ◌	โ◌ะ	โ◌	เ◌าะ	◌อ	เ◌อะ	เ◌อ
音標	[e]	[ē]	[ɛ]	[ɛ̄]	[o]	[ō]	[ɔ]	[ɔ̄]	[ə]	[ə̄]

二　複合母音 ………………………………………… • 🔊002

母音	เอียะ	เอีย	เอือะ	เอือ	อัวะ	อัว
音標	[ia]	[īa]	[œa]	[œ̄a]	[ua]	[ūa]

三　特殊母音 ………………………………………… • 🔊003

母音	อำ	ไอ	ใอ	เอา	ฤ	ฤๅ	ฦ	ฦๅ
音標	[am]	[ai]	[ai]	[ao]	[rœ]	[rœ̄]	[lœ]	[lœ̄]

表1　泰語子音表

發音方法 \ 發音部位			雙唇	唇齒	舌尖	舌面	舌根	喉音
塞音	清	不送氣	[b] ป		[d] ต ฏ	[j] จ	[g] ก	[ʔ] อ
		送氣	[p] ผ ภ พ		[t] ถ ฐ ท ฒ ธ ฑ	[ch] ฉ ช ฌ	[k] ข ฃ ค ฅ ฆ	
	濁		[bh] บ		[dh] ด ฎ			
	鼻音		[m] ม		[n] น ณ		[ng] ง	
	顫音				[r] ร			
	邊音				[l] ล ฬ			
	擦音		[f] ฝ ฟ		[s] ส ษ ศ ซ			[h] ห ฮ
	半母音		[w] ว			[y] ย ญ		

二　泰語子音

　　子音發音時氣流要在特定部位受到阻礙，經由某種方式衝破障礙發出聲音來。受阻的部位就是發音部位，形成和衝破阻礙的方式就是發音方法。確切掌握這兩個重點，就能正確地發出一個子音來。我們就以發音部位和發音方法兩方面來介紹泰語的子音。

　　泰語單子音音素有21個，字母共44個，分為中子音、高子音和低子音3組。其中，高子音ฃ-ฃวด 和低子音ฅ-ฅน 在現行泰語文字中已被廢除，不再使用。

一　單子音

1. 中子音 ▸ 音素有7個，字母有9個。

子音	ก	จ	ด ฎ	ต ฏ	บ	ป	อ
音標	[g]	[j]	[dh]	[d]	[bh]	[b]	[?]

2. 高子音 ▸ 音素有7個，字母有11個。

子音	ข ฃ	ฉ	ถ ฐ	ผ	ฝ	ส ษ ศ	ห
音標	[k]	[ch]	[t]	[p]	[f]	[s]	[h]

3. 低子音 ▸ 音素有14個，字母有24個。

子音	ค ฅ ฆ	ง	ช ฌ	ซ	ท ฒ ธ ฑ	น ณ	พ ภ
音標	[k]	[ng]	[ch]	[s]	[t]	[n]	[p]

子音	ม	ฟ	ย ญ	ร	ล ฬ	ว	ฮ
音標	[m]	[f]	[y]	[r]	[l]	[w]	[h]

二　連音[1]

中音連音	กร	กล	กว	ปร	ปล	ตร
音標	[gr]	[gl]	[gw]	[br]	[bl]	[dr]

高音連音	ขร	ขล	ขว	ผล
音標	[kr]	[kl]	[kw]	[pl]

低音連音	คร	คล	คว	พร	พล
音標	[kr]	[kl]	[kw]	[pr]	[pl]

三　尾音

泰語有8種尾音。

表2

音　標		充當尾音的子音字母
清尾音	[-ng]	ง
	[-n]	น ญ ณ ร ล ฬ
	[-m]	ม
	[-i]	ย
	[-u]	ว
濁尾音	[-k]	ก ข ค ฆ
	[-t]	ด จ ช ซ ฎ ฏ ฐ ฑ ฒ ต ถ ท ธ ศ ษ ส
	[-p]	บ ป พ ฟ ภ

---

1 泰語連音分為兩類，即帶後置子音的連音和帶前置子音的連音。因帶後置子音的連音相
　對較為規整，所以在此列出；而帶前置子音的連音參看“第十二課　前引字”所講授的內
　容。

四　清尾音、濁尾音總表　　　　　　　　　　　　　　🔊 004

表1

尾音 / 母音	清尾音					濁尾音		
	ง [-ng]	น [-n]	ม [-m]	ย [-i]	ว [-u]	ก [-k]	ด [-t]	บ [-p]
อะ [a]	อัง [ang]	อัน [an]	อัม [am]	อัย [ai]	—	อัก [ak]	อัด [at]	อับ [ap]
อา [ā]	อาง [āng]	อาน [ān]	อาม [ām]	อาย [āi]	อาว [āu]	อาก [āk]	อาด [āt]	อาบ [āp]
อิ [i]	อิง [ing]	อิน [in]	อิม [im]	—	อิว [iu]	อิก [ik]	อิด [it]	อิบ [ip]
อี [ī]	อีง [īng]	อีน [īn]	อีม [īm]	—	อีว [īu]	อีก [īk]	อีด [īt]	อีบ [īp]
อึ [œ]	อึง [œng]	อึน [œn]	อึม [œm]	—	—	อึก [œk]	อึด [œt]	อึบ [œp]
อือ [œ̄]	อึง [œ̄ng]	อืน [œ̄n]	อืม [œ̄m]	—	—	อืก [œ̄k]	อืด [œ̄t]	อืบ [œ̄p]
อุ [u]	อุง [ung]	อุน [un]	อุม [um]	อุย [ui]	—	อุก [uk]	อุด [ut]	อุบ [up]
อู [ū]	อูง [ūng]	อูน [ūn]	อูม [ūm]	อูย [ūi]	—	อูก [ūk]	อูด [ūt]	อูบ [ūp]
เอะ [e]	เอ็ง [eng]	เอ็น [en]	เอ็ม [em]	—	เอ็ว [eu]	เอ็ก [ek]	เอ็ด [et]	เอ็บ [ep]
เอ [ē]	เอง [ēng]	เอน [ēn]	เอม [ēm]	—	เอว [ēu]	เอก [ēk]	เอด [ēt]	เอบ [ēp]
แอะ [ɛ]	แอ็ง [ɛng]	แอ็น [ɛn]	แอ็ม [ɛm]	—	แอ็ว [ɛu]	แอ็ก [ɛk]	แอ็ด [ɛt]	แอ็บ [ɛp]
แอ [ɛ̄]	แอง [ɛ̄ng]	แอน [ɛ̄n]	แอม [ɛ̄m]	—	แอว [ɛ̄u]	แอก [ɛ̄k]	แอด [ɛ̄t]	แอบ [ɛ̄p]
โอะ [o]	อง [ong]	อน [on]	อม [om]	—	—	อก [ok]	อด [ot]	อบ [op]

續　表

尾音 母音	清尾音					濁尾音		
	ง [-ng]	น [-n]	ม [-m]	ย [-i]	ว [-u]	ก [-k]	ด [-t]	บ [-p]
โอ [ō]	โอง [ōng]	โอน [ōn]	โอม [ōm]	โอย [ōi]	โอว [ōu]	โอก [ōk]	โอด [ōt]	โอบ [ōp]
ออ [ɔ]	ออง [ɔng]	ออน [ɔn]	ออม [ɔm]	ออย [ɔi]	—	ออก [ɔk]	ออด [ɔt]	ออบ [ɔp]
เออ [ə]	เอิง [əng]	เอิน [ən]	เอิม [əm]	เอย [əi]	—	เอิก [ək]	เอิด [ət]	เอิบ [əp]
เอีย [īa]	เอียง [īang]	เอียน [īan]	เอียม [īam]	—	เอียว [īau]	เอียก [īak]	เอียด [īat]	เอียบ [īap]
เอือ [œa]	เอือง [œan]	เอือน [œan]	เอือม [œam]	เอือย [œai]	—	เอือก [œak]	เอือด [œat]	เอือบ [œap]
อัว [ūa]	อวง [ūang]	อวน [ūan]	อวม [ūam]	อวย [ūai]	—	อวก [ūak]	อวด [ūat]	อวบ [ūap]

三　聲調

　　人類能控制自己的聲帶使語音有高低曲折的變化。泰語中語音的高低升降能區別意義，這種能區別意義的語音的高低升降就叫聲調。

　　泰語中有5個聲調。我們按照泰語聲調的傳統排列順序介紹如下：

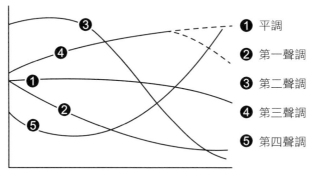

① 平調
② 第一聲調
③ 第二聲調
④ 第三聲調
⑤ 第四聲調

圖3　泰語聲調示意圖[2]

---

2 潘德鼎：《泰語基礎教程》，北京大學出版社，2004年，第13頁。學者們對泰語聲調調值描寫有些差別。較為常見的是把泰語聲調調值描寫為平調33、第一調22、第二調41、第三調 453、第四調24。本書採用潘德鼎的調值描寫。

🔊 005

表4 泰語聲調拼讀規則表						
音節	聲調	平	一	二	三	四
中子音 長	無尾音	กา	ก่า	ก้า	ก๊า	ก๋า
中子音 短	無尾音		กะ			
中子音 長	清尾音	จาง	จ่าง	จ้าง	จ๊าง	จ๋าง
中子音 短	清尾音	จัง	จั่ง	จั้ง	จั๊ง	จั๋ง
中子音 長	濁尾音		ตาก			
中子音 短	濁尾音		ตัก			
高子音 長	無尾音		ข่า	ข้า		ขา
高子音 短	無尾音		ขะ			
高子音 長	清尾音		ฉ่าง	ฉ้าง		ฉาง
高子音 短	清尾音		ฉั่ง	ฉั้ง		ฉัง
高子音 長	濁尾音		ถาก			
高子音 短	濁尾音		ถัก			
低子音 長	無尾音	คา		ค่า	ค้า	
低子音 短	無尾音				คะ	
低子音 長	清尾音	ชาง		ช่าง	ช้าง	
低子音 短	清尾音	ชัง		ชั่ง	ชั้ง	
低子音 長	濁尾音			ซาก		
低子音 短	濁尾音				ซัก	

表5 子音字母名稱表

序號	字母	音標	字母名稱	音標
1	ก	[g]	ไก่ 雞	[gɔ̄ gai ˅]
2	ข	[k]	ไข่ 蛋	[kɔ̄ ˊ kai ˅]
3	ฃ	[k]	ขวด 瓶子	[kɔ̄ ˊ kūat ˅]
4	ค	[k]	ควาย 水牛	[kɔ̄ kwāi]
5	ฅ	[k]	คน 人	[kɔ̄ kon]
6	ฆ	[k]	ระฆัง 鐘	[kɔ̄ ra~kang]
7	ง	[ng]	งู 蛇	[ngɔ̄ ngū]
8	จ	[j]	จาน 盤子	[jɔ̄ jān]
9	ฉ	[ch]	ฉิ่ง 小鈸	[chɔ̄ ˊ ching ˅]
10	ช	[ch]	ช้าง 象	[chɔ̄ chāng~]
11	ซ	[s]	โซ่ 鏈條	[sɔ̄ sō ˋ]
12	ฌ	[ch]	เฌอ 樹木	[chɔ̄ chɔ̄]
13	ญ	[y]	หญิง 婦女	[yɔ̄ ying ˊ]
14	ฎ	[dh]	ชฎา 尖頂冠	[dhɔ̄ cha~dhā]
15	ฏ	[d]	ปฏัก 刺棍	[dɔ̄ ba ˅ dak ˅]
16	ฐ	[t]	ฐาน 壇、底座	[tɔ̄ tān ˊ]
17	ฑ	[t]	มณโฑ 曼陀女	[tɔ̄ mon tō]
18	ฒ	[t]	ผู้เฒ่า 老頭	[tɔ̄ pū ˋ tao ˋ]
19	ณ	[n]	เณร 沙彌	[nɔ̄ nēn]
20	ด	[dh]	เด็ก 小孩	[dhɔ̄ dhek ˅]
21	ต	[d]	เต่า 烏龜	[dɔ̄ dao ˅]

續　表

序號	字母	音標	字母名稱	音標
22	ถ	[t]	ถุง 袋子	[tɔˊ tung ˊ]
23	ท	[t]	ทหาร 軍人	[tɔ ta~hān ˊ]
24	ธ	[t]	ธง 旗子、旗幟	[tɔ tong]
25	น	[n]	หนู 老鼠	[nɔ nū ˊ]
26	บ	[bh]	ใบไม้ 樹葉	[bhɔ bhai mai~]
27	ป	[b]	ปลา 魚	[bɔ blā]
28	ผ	[p]	ผึ้ง 蜜蜂	[pɔˊ pœng ˋ]
29	ฝ	[f]	ฝา 蓋子	[fɔ ˊ fā ˊ]
30	พ	[p]	พาน 高腳盤	[pɔ pān]
31	ฟ	[f]	ฟัน 牙齒	[fɔ fan]
32	ภ	[p]	สำเภา 帆船	[pɔ sam ˊ pao]
33	ม	[m]	ม้า 馬	[mɔ mā~]
34	ย	[y]	ยักษ์ 夜叉	[yɔ yak~]
35	ร	[r]	เรือ 船	[rɔ rœa]
36	ล	[l]	ลิง 猴子	[lɔ ling]
37	ว	[w]	แหวน 戒指	[wɔ wɛn ˊ]
38	ศ	[s]	ศาลา 涼亭	[sɔ ˊ sā ˊ lā]
39	ษ	[s]	ฤาษี 隱修者	[sɔ ˊ rœ sī ˊ]
40	ส	[s]	เสือ 老虎	[sɔ ˊ sœa ˊ]
41	ห	[h]	หีบ 箱子	[hɔ ˊ hīp ˇ]
42	ฬ	[l]	จุฬา 風箏	[lɔ ju ˇ lā]
43	อ	[ʔ]（不發音）	อ่าง 盆	[ɔ āng ˇ]
44	ฮ	[h]	นกฮูก 貓頭鷹	[hɔ nok~hūk ˋ]

Lesson ›››

單母音（1）
和中子音

一 單母音 ❶

　　泰語母音共分為單母音（สระเดี่ยว）、雙母音（สระประสม）和特殊母音（สระพิเศษหรือสระเกิน）三類，其中單母音和雙母音分長短母音，母音的長短區別詞義。單母音共有18個，本課先學習8個單母音。

🔊 007　短母音：อะ[1]　　อิ　　อึ　　อุ

　　　　　長母音：อา　　อี　　อือ　　อู

母音	อะ[2]	อา	อิ	อี	อึ	อื	อุ	อู
音標	[a]	[ā]	[i]	[ī]	[œ]	[ǣ]	[u]	[ū]

▶▶▶ 發音要領

1 อะ [a] 舌面央、低、不圓唇、短母音。發音時，口大開，舌位低，舌尖抵下齒，唇形不圓。與國語"啊[ㄚ]"中的母音[ㄚ]發音類似，但發音持續時間相對較短。

2 อา [ā] 舌面央、低、不圓唇、長母音。發音時，口大開，舌位低，舌尖抵下齒，唇形不圓。與國語"啊[ㄚ]"中的母音[ㄚ]發音類似，但發音持續時間相對較長。

---

1 泰語母音發音時，一般是與中子音"อ[ʔ]"相拼讀；短母音自身發音時讀為第一調，長母音自身發音時讀為中平調。

2 "อ"表示子音的位置。

3 อิ [i] 舌面前、高、不圓唇、短母音。發音時，唇形呈扁平狀，舌頭前伸使舌尖抵住下齒背，注意氣流通過舌面與硬顎之間不要出現摩擦。與國語 "衣[一]" 發音類似，但發音持續時間相對較短。

4 อี [i] 舌面前、高、不圓唇、長母音。發音時，唇形呈扁平狀，舌頭前伸使舌尖抵住下齒背，注意氣流通過舌面與硬顎之間不要出現摩擦。與國語 "衣[一]" 發音類似，但發音持續時間相對較長。

5 อึ [œ] 舌面後、高、不圓唇、短母音。發音時，唇形呈扁平狀，舌頭後縮，使舌根接近軟顎，發音持續時間相對較短。國語沒有與此相類似的母音。

6 อื [œ] 舌面後、高、不圓唇、長母音。發音時，唇形呈扁平狀，舌頭後縮，使舌根接近軟顎，發音持續時間相對較長。國語沒有與此相類似的母音。

7 อุ [u] 舌面後、高、圓唇、短母音。發音時，雙唇攏圓，留一小孔，舌頭後縮，使舌根接近軟顎，注意氣流通過雙唇之間不要產生摩擦。與國語 "屋[ㄨ]" 發音類似，但發音持續時間相對較短。

8 อู [u] 舌面後、高、圓唇、長母音。發音時，雙唇攏圓，留一小孔，舌頭後縮，使舌根接近軟顎，注意氣流通過雙唇之間不要產生摩擦。與國語 "屋[ㄨ]" 發音類似，但發音持續時間相對較長。

二、 中子音

🔊 008

泰語子音共分為中子音（อักษรกลาง）、高子音（อักษรสูง）和低子音（อักษรต่ำ）三組。本課先學習中子音，中子音有7個音素，9個字母。

子音	ก[3]	จ	ฎฏ	ฏฎ	บ	ป	อ
音標	[g]	[j]	[dh]	[d]	[bh]	[b]	[ʔ]（不發音）

3 泰語子音的發音，一般要與母音 "ออ[ɔ]" 拼讀。中子音字母發音時聲調發為平調，調值為33。如：กอ讀為[gɔ]。

▸▸▸ **發音要領**

1 ก [g] 舌根，不送氣，清塞音。發音時，舌根抵住軟齶，軟齶後部上升，堵塞鼻腔通路，聲帶不振動，較弱的氣流衝破阻礙，爆發成聲。与國語"哥 [ㄍㄜ]"的子音[ㄍ]發音相似。

2 จ [j] 舌面，不送氣，清塞音。發音時，舌面前部抵住軟齶，軟齶後部上升，堵塞鼻腔通路，聲帶不振動，較弱的氣流衝破阻礙，爆發成聲。國語中沒有與此相類似的發音。

3 ฎ ฏ [dh] 舌尖，濁塞音。發音時，舌尖抵住上齒齦，軟齶上升，堵塞鼻腔通路，聲帶振動，較弱的氣流衝破舌尖的阻礙，爆發成聲。國語中沒有與此相類似的發音。

4 ฎ ฏ [d] 舌尖，不送氣，清塞音。發音時，舌尖抵住上齒齦，軟齶上升，堵塞鼻腔通路，聲帶不振動，較弱的氣流衝破舌尖的阻礙，爆發成聲。與國語"搭 [ㄉㄚ]"的子音[ㄉ]發音相似。

5 บ [bh] 雙唇，濁塞音。發音時，雙唇閉合，軟齶上升，堵塞鼻腔通路，聲帶振動，較弱的氣流衝破雙唇的阻礙，爆發成聲。國語中沒有與此相類似的發音。

6 ป [b] 雙唇，不送氣，清塞音。發音時，雙唇閉合，軟齶上升，堵塞鼻腔通路，聲帶不振動，較弱的氣流衝破雙唇的阻礙，爆發成聲。與國語"巴 [ㄅㄚ]"的子音[ㄅ]發音相類似。

7 อ [ʔ] 喉壁，塞音。發音時，軟齶上升，堵塞鼻腔通路，聲帶不振動，較弱的氣流衝破喉壁的阻礙，爆發成聲。國語中沒有與此相類似的發音。

三 音節拼讀練習

◀ 009

子音＼母音	อะ [a]	อา [ā]	อิ [i]	อี [ī]	อึ [œ]	อือ [œ̄]	อุ [u]	อู [ū]
ก〔g〕	กะ	กา	กิ	กี	กึ	กือ	กุ	กู
จ〔j〕	จะ	จา	จิ	จี	จึ	จือ	จุ	จู
ด〔dh〕	ดะ	ดา	ดิ	ดี	ดึ	ดือ	ดุ	ดู
ต〔d〕	ตะ	ตา	ติ	ตี	ตึ	ตือ	ตุ	ตู
บ〔bh〕	บะ	บา	บิ	บี	บึ	บือ	บุ	บู
ป〔b〕	ปะ	ปา	ปิ	ปี	ปึ	ปือ	ปุ	ปู
อ〔?〕	อะ	อา	อิ	อี	อึ	อือ	อุ	อู

四 泰文字母書寫筆順

![練習]

練習

一 抄寫泰語單母音（1）和中子音字母各十遍。

二 朗讀下列音節。　　　　　　　　　　　　　　　🔊 010

　1. 分辨中子音 ต [d] 和 ด [dh]

　ตา — ดา　　ตี — ดี　　ตือ — ดือ　　ตู — ดู

　2. 分辨中子音 ป [b] 和 บ [bh]

　ปา — บา　　ปี — บี　　ปือ — บือ　　ปู — บู

三 拼讀並熟記下列單詞。　　　　　　　　　　　🔊 011

กะ	[ga ˇ]	估計；打算；和
กา	[gā]	壺；烏鴉
จะ	[ja ˇ]	將要
ดี	[dhī]	好
จุ	[ju ˇ]	多；容納
ดู	[dhū]	看
ดุ	[dhu ˇ]	兇惡
ตา	[dā]	眼睛；祖父
ติ	[di ˇ]	指責
ตี	[dī]	打
บิดา	[bhi ˇ dhā]	父親
ปา	[bā]	拋投
ปะ	[ba ˇ]	黏貼

ปู	[bū]	螃蟹
อา	[ā]	叔父、姑母

四 朗讀並抄寫下列句子。　　　　　　　　　🔊012

1. บิดาดุอา
2. อาตีปู
3. บิดาจะตีกา
4. อาจะดูอีกา
5. อากะตาไปดูปู

Lesson >>>

單母音（2）和雙母音

一　單母音（2）

◀€ 013

除了第一課學習的8個單母音外，還有10個單母音。

短母音：เอะ　　แอะ　　โอะ　　เอาะ　　เออะ
長母音：เอ　　แอ　　โอ　　ออ　　เออ

表1

母音	เอะ	เอ	แอะ	แอ	โอะ	โอ
音標	[e]	[ē]	[ɛ]	[ɛ̄]	[o]	[ō]

表2

母音	เอาะ	ออ	เออะ	เออ
音標	[ɔ]	[ɔ̄]	[ə]	[ə̄]

▶▶▶ 發音要領

1 เอะ [e] 舌面前、半高、不圓唇、短母音。發音時，口半閉，舌位半高，舌頭前伸使舌尖抵住下齒背，唇形不圓，發音持續時間相對較短。國語沒有與此相類似的母音。

2 เอ [ē] 舌面前、半高、不圓唇、長母音。發音時，口半閉，舌位半高，舌頭前伸使舌尖抵住下齒背，唇形不圓，發音持續時間相對較長。國語沒有與此相類似的母音。

3 แอะ [ɛ] 舌面前、半低、不圓唇、短母音。發音時，口半開，舌位半低，舌頭前伸使舌尖抵住下齒背，唇形不圓，發音持續時間相對較短。國語沒有與此相類似的母音。

4 แอ [ɛ] 舌面前、半低、不圓唇、長母音。發音時，口半開，舌位半低，舌頭前伸使舌尖抵住下齒背，唇形不圓，發音持續時間相對較長。國語沒有與此相類似的母音。

5 โอะ [o] 舌面後、中、圓唇、短母音。發音時，口半閉，舌位半高，舌頭後縮，唇攏圓。與國語 "喔" [ɔ]發音類似，但發音持續時間相對較短。

6 โอ [ō] 舌面後、中、圓唇、長母音。發音時，口半閉，舌位半高，舌頭後縮，唇攏圓。與國語 "喔" [ɔ]發音類似，但發音持續時間相對較長。

7 เอาะ [ɔ] 舌面後、半低、圓唇、短母音。發音時，口半開，舌位半低，舌頭後縮，唇攏圓，發音持續時間相對較短。國語沒有與此相類似的母音。

8 ออ [ɔ] 舌面後、半低、圓唇、長母音。發音時，口半開，舌位半低，舌頭後縮，唇攏圓，發音持續時間相對較長。國語沒有與此相類似的母音。

9 เออะ [ə] 舌面央、中、不圓唇、短母音。發音時，口形略開（開口度比[ɛ]略小），舌位居中，舌頭稍後縮，唇形不圓，發音持續時間相對較短。國語沒有與此相類似的母音。

10 เออ [ə] 舌面央、中、不圓唇、長母音。發音時，口形略開（開口度比[ɛ]略小），舌位居中，舌頭稍後縮，唇形不圓，發音持續時間相對較長。國語沒有與此相類似的母音。

二 雙母音(สระประสม)

雙母音	เอียะ	เอีย	เอือะ	เอือ	อัวะ	อัว
音標	[ia]	[īa]	[œa]	[œ̄a]	[ua]	[ūa]

▸▸▸ **發音要領**

1 เอียะ [ia]是由短母音 อิ [i]的發音狀況快速向短母音 อะ[a]的發音狀況過渡讀音而成[ia]¹。與國語 "呀 [一丫]" 發音類似，但泰語[i]的發音持續時間相對較短。

2 เอีย [īa] 是由長母音 อี [ī]的發音狀況快速向長母音 อา[ā]的發音狀況過渡讀音而成[īa]。與國語 "呀 [一丫]" 發音類似，但泰語[i]的發音持續時間相對較長。

3 เอือะ [œa] 是由短母音 อึ [œ] 的發音狀況快速向短母音 อะ[a] 的發音狀況過渡讀音而成[œa]，[œ]的發音持續時間相對較短。國語中沒有與此相類似的發音。

4 เอือ [œa] 是由長母音 อื [œ]的發音狀況快速向長母音 อา [ā]的發音狀況過渡讀音而成[a]，[œ]的發音持續時間相對較長。國語中沒有與此相類似的發音。

5 อัวะ [ua] 是由短母音 อุ [u] 的發音狀況快速向短母音 อะ[a]讀音而成[ua]。與國語 "瓜 [巜ㄨㄚ]" 中的母音[ㄨㄚ]發音類似，但泰語[u]的發音持續時間相對較短。

6 อัว [ūa] 是由長母音 อู [ū]的發音狀況快速向長母音 อา[ā]的發音狀況過渡讀音而成[ūa]。與國語 "瓜[巜ㄨㄚ]" 中的母音[ㄨㄚ]發音類似，但泰語[ū]的發音持續時間相對較長。

---

1 泰語雙母音發音時，舌位的高低前後、口腔的開閉、唇形的圓展，都是逐漸變動的，不是突然變動的、跳動的，中間應該有一串過渡音；同時，氣流不中斷，中間沒有明顯的界限，所發的音圍繞一個中心形成一個整體。

三 音節拼讀練習

一 ··· • 📢015

母音 子音	เอะ [e]	เอ [ē]	แอะ [ɛ]	แอ [ɛ̄]	โอะ [o]	โอ [ō]
ก〔g〕	เกะ	เก	แกะ	แก	โกะ	โก
จ〔j〕	เจะ	เจ	แจะ	แจ	โจะ	โจ
ด〔dh〕	เดะ	เด	แดะ	แด	โดะ	โด
ต〔d〕	เตะ	เต	แตะ	แต	โตะ	โต
บ〔bh〕	เบะ	เบ	แบะ	แบ	โบะ	โบ
ป〔b〕	เปะ	เป	แปะ	แป	โปะ	โป
อ〔ʔ〕	เอะ	เอ	แอะ	แอ	โอะ	โอ

二 ··· • 📢016

母音 子音	เอาะ [ɔ]	ออ [ɔ̄]	เออะ [ə]	เออ [ə̄]
ก〔g〕	เกาะ	กอ	เกอะ	เกอ
จ〔j〕	เจาะ	จอ	เจอะ	เจอ
ด〔dh〕	เดาะ	ดอ	เดอะ	เดอ
ต〔d〕	เตาะ	ตอ	เตอะ	เตอ
บ〔bh〕	เบาะ	บอ	เบอะ	เบอ
ป〔b〕	เปาะ	ปอ	เปอะ	เปอ
อ〔ʔ〕	เอาะ	ออ	เออะ	เออ

≡ .... • 🔊 017

子音 ＼ 母音	เอียะ [ia]	เอีย [īa]	เอือะ [œa]	เอือ [a]	อัวะ [ua]	อัว [ūa]
ก〔g〕	เกียะ	เกีย	เกือะ	เกือ	กัวะ	กัว
จ〔j〕	เจียะ	เจีย	เจือะ	เจือ	จัวะ	จัว
ด〔dh〕	เดียะ	เดีย	เดือะ	เดือ	ดัวะ	ดัว
ต〔d〕	เตียะ	เตีย	เตือะ	เตือ	ตัวะ	ตัว
บ〔bh〕	เบียะ	เบีย	เบือะ	เบือ	บัวะ	บัว
ป〔b〕	เปียะ	เปีย	เปือะ	เปือ	ป้วะ	ป้ว
อ〔?〕	เอียะ	เอีย	เอือะ	เอือ	อัวะ	อัว

四 泰文字母書寫筆順

เ-ะ เ- แ-ะ แ- โ-ะ

เ-ะ เ- แ-ะ แ- โ-ะ

โ- เ-าะ -อ เ-อะ เ-อ

โ- เ-าะ -อ เ-อะ เ-อ

เ-ีย เ-ือ -ัว

เ-ีย เ-ือ -ัว

一 抄寫泰語單母音（2）和雙母音字母各十遍。

二 朗讀下列音節。　　　　　　　　　　　　　　　　🔊 018

　1. 分辨中子音 ต [d] 和 ด [dh]

　　โต — โด　　　　　　　ตอ — ดอ

　　เตือ — เดือ　　　　　　ตัว — ดัว

　2. 分辨中子音 ป [b] 和 บ [bh]

　　เปอ — เบอ　　　　　　ปัว — บัว

　　เปีย — เบีย　　　　　　เปือ — เบือ

　3. 分辨母音 อือ [œ] 和 เออ [ɤ]

　　กือ — เกอ　　　　　　จือ — เจอ

　　ดือ — เดอ　　　　　　บือ — เบอ

　4. 分辨母音 อือ [œ] 和 เอือ [œa]

　　กือ — เกือ　　　　　　จือ — เจือ

　　บือ — เบือ　　　　　　ตือ — เตือ

　5. 分辨母音 โอ [ō] 和 ออ [ɔ]

　　โก — กอ　　　　　　โต — ตอ

　　โจ — จอ　　　　　　โป — ปอ

三 拼讀並熟記下列單詞。　🔊 019

เกะกะ	[ge ˇ ga ˇ]	礙手礙腳
เก	[gē]	調皮
แกะ	[gɛ ˇ]	綿羊
แก	[gɛ̄]	你（長輩對晚輩或關係比較好的平輩之間）
เตะ	[de ˇ]	踢
โต	[dō]	長大；大
แปะ	[bɛ ˇ]	黏貼
แบ	[bhɛ̄]	張開
เกาะ	[gɔ ˇ]	島
กอ	[gɔ̄]	簇
เจาะ	[jɔ ˇ]	鑽、鑿
จอ	[jɔ̄]	布幕、銀幕
เจอ	[jə̄]	遇見、碰見
ตอ	[dɔ̄]	樹墩
เบาะ	[bhɔ ˇ]	坐墊
ปอ	[bɔ̄]	麻
เจือ	[jœ̄a]	混合
ตัว	[dūa]	自身
บัว	[bhūa]	蓮
เปีย	[bīa]	辮子

四 朗讀並抄寫下列句子。　　　　　　　　　　　🔊 020

1. บัวกอโตโต

2. อากะตาไปดูแกะ

3. อาเตะปู บิดาเตะอา

4. อากะตาไปเจอปอกอโตโต

5. ตากะบิดาไปเกาะ ไปเจอปูตัวโตโต

特殊母音

一 泰語特殊母音[1]

🔊 021

　　泰語特殊母音（สระพิเศษหรือสระเกิน）共有8個，分短母音和長母音如下：

　　短母音：ฤ　　　ฦ　　　อำ　　　ไอ　　　ใอ　　　เอา

　　長母音：ฤๅ　　　ฦๅ

　　特殊母音 ฤ、ฤๅ，ฦ、ฦๅ　一般作拼寫梵文巴利語借詞用，其中 ฦ 和 ฦๅ 已被廢除，泰語現行文字已不再使用。至於 ฤ 和 ฤๅ 的用法，作如下說明：

▸▸▸ 母音 ฤ 有三種用法

1️⃣ 單獨使用，其意義為"或者"或"不"，一般出現於文學作品中。

2️⃣ 置於音節的前或後，表明該詞為梵文借詞，如：

　　ฤดู　ฤษี　ฤดี　ฤชา　ฤคเวท　ฤกษ์　ฤทธิ์　ฤยา　นฤทุกข์ 等。

3️⃣ 與子音結合為"ร"的雙母音，所拼寫的詞來自梵文巴利語。如：

　　กฤษณา　คฤหาสน์　ทฤษฎี　พฤศจิกายน　อังกฤษ 等。

---

[1] ฤ、ฤๅ，ฦ、ฦๅ 和 อำ　雖然在泰語中被稱為特殊母音，但不屬於純粹的母音範疇。ฤ、ฤๅ，ฦ、ฦๅ 的實際讀音已自成音節，因此有些學者稱它們為音節字母；而 อำ 則是母音[a] 和雙唇鼻音尾音 [m] 相結合而成的鼻音收尾韻。

▸▸▸ **母音 ฤๅ 有兩種用法**

☐ 單獨使用，其意義為 "或"、"什麼"、"不"、"不是"，一般出現在文學作品和詩歌中。

② 置於音節前。如：ฤๅดี　ฤๅมี　ฤๅสาย 等。

其餘4 個常用特殊母音的發音方法如下：

母音	อำ	ไอ	ใอ	เอา
音標	[am]	[ai]	[ai]	[ao]

▸▸▸ **發音要領**

☐ อำ [am] 是由母音 [a] 加雙唇鼻音尾音 [-m] 讀為 [am]，國語中沒有與此相類似的發音。（其中 [-m]，雙唇鼻音尾音，發音時，在母音送氣結束時，迅速雙唇緊閉，然後氣流全部從鼻腔送出。）

② ไอ 和 ใอ [ai] 是由母音 [a] 的發音狀況快速向母音 [i] 的發音狀況過渡讀音而成 [ai]。與國語 "該 [ㄍㄞ]" 中的母音 [ㄞ] 發音類似。

③ เอา [ao] 是由母音 [a] 的發音狀況快速向母音 [u] 的發音狀況過渡讀音而成 [ao]。與國語 "包 [ㄅㄠ]" 中的母音 [ㄠ] 發音類似。

二、音節拼讀練習

◀€ 022

子音 ＼ 母音	อำ [am]	ไอ [ai]	ใอ [ai]	เอา [ao]
ก〔g〕	กำ	ไก	ใก	เกา
จ〔j〕	จำ	ไจ	ใจ	เจา
ด〔dh〕	ดำ	ได	ใด	เดา
ต〔d〕	ตำ	ไต	ใต	เตา

母音 子音	อำ [am]	ไอ [ai]	ใอ [ai]	เอา [ao]
บ〔bh〕	บำ	ไบ	ใบ	เบา
ป〔b〕	ป่ำ	ไป	ใป	เปา
อ〔ʔ〕	อำ	ไอ	ใอ	เอา

三 泰文字母書寫筆順

-ำ   ไ-   ใ-   เ-า

-ำ   ไ-   ใ-   เ-า

 練習

一 抄寫特殊母音字母各十遍。 ◀€ 023

二 朗讀下列音節。

　　1. 分辨中子音 ต [d] 和 ด [dh]

　　ตำ — ดำ　　　　ใต — ใด　　　เตา — เดา

　　2. 分辨中子音 ป [b] 和 บ [bh]

　　ป่า — บ่า　　　　ไป — ใบ　　　เปา — เบา

三 拼讀並熟記下列單詞。 ◀€ 024

กำ	[gam]	握
ไก	[gai]	扳機
เกา	[gao]	抓；撓
จำ	[jam]	記住
ไจ	[jai]	（絲、線等物品的量詞）束
ใจ	[jai]	心
ดำ	[dham]	黑
ใด	[dhai]	何；什麼
เดา	[dhao]	猜想
ตำ	[dam]	舂；搗碎
ไต	[dai]	腎
เตา	[dao]	爐；灶

ใบ	[bhai]	葉子
เบา	[bhao]	輕
ไป	[bai]	去
ไอ	[ai]	咳嗽；水蒸氣
เอา	[ao]	拿；取

四 朗讀並抄寫下列句子。 025

1. อาไม่ให้เอาใบปอไปใส่ในเตา
2. อาเอาใบบัวไปตำเบาเบา
3. บิดาใจดำเอาปูไปตำ
4. อาเดาเอาบิดาจะเอาโคตัวโตไปจำนำ
5. บิดาใจดำกำเอาใบปอกอโตไปตีโคตัวโต

課外補充 026

關於 ใอ (สระใอ ไม้ม้วน) 和 ไอ (สระไอ ไม้มลาย)

特殊母音ใอ主要用於泰語本語詞的拼寫，而且在泰語中只有20個詞，即：

ใกล้ ใคร ใคร่ ใจ ใช่ ใช้ ใด ใต้ ใน ใบ
ใบ้ ใฝ่ ใย สะใภ้ ใส ใส่ ให้ ใหญ่ ใหม่ ใหล

因為 ใอ和 ไอ 的使用容易混淆，泰國學者把上述的20個詞串成3首容易記憶和背誦的押韻小詩文，即：

1. หลงใหลมิใช่ใบ้ ใฝ่ใจ

ใครใคร่ในน้ำใส โปรดใช้

ผู้ใดใหญ่ใกล้ใบ บัวต่ำ ใต้แฮ

ใยใหม่ใส่จานให้ สะใภ้พึงจำ

2. ใจใหญ่ใฝ่ในใต้ ใช่ใบ้ใกล้ใครใคร่ใส

หลงใหลให้สะใภ้ ใช้ใบใหม่ใส่ใยใด

3. บ้าใบ้หลงใหลใหญ่ ให้สะใภ้ใช้น้ำใส

มิใช่อยู่ใกล้ใคร ในจิตใจใฝ่แต่ดี

ผู้ใดใส่เสื้อใหม่ ใยบัวใต้ใบดีปลี

จะใคร่เรียนเขียนดี ยี่สิบม้วนควรจดจำ

除上述20個詞外，其他的表示母音[ai]所拼寫的詞（包括外來語詞）都用 ไอ (สระไอ ไม้มลาย) 拼寫詞語，如：

ไปไหน ไวไฟไยไพ

กุบไลข่าน ไหหลำ ไต้ฝุ่น ไทเป ซามูไร

แอสไพริน ไมโครโฟน

ไพโรจน์ ไพศาล ไมตรี ไอราวัณ 等。

至於 ไอย (ไม้มลาย มี "ย" ตาม)、อัย (หันอากาศ ย สะกด)只用於拼寫梵文巴利語詞。如：

ไชย โภไคย ภูวไนย อาชาไนย

อภัย ปัจจัย วัย อาศัย นิสัย วินัย อนามัย

注："ไทย"這一詞，本來是"ไท"。泰國僧侶需要把"ไท"轉寫成巴利文的形式，而巴利語又沒有母音"ไอ"。因此，把它按巴利文文法改寫作"เอยย"的形式，後再從巴利文轉寫為泰文時，泰民族的"泰"就帶上了"ย"成為"ไทย"。

Lesson »»»

4 聲調

🔊 027

泰語聲調 (วรรณยุกต์) 有5個聲調，4個聲調符號，下面以泰語中子音拼讀為例。

平調	第一調	第二調	第三調	第四調
กา	ก่า	ก้า	ก๊า	ก๋า

平調 (เสียงสามัญ) 沒有聲調符號，其調值為：33
第一調 (เสียงเอก) 聲調符號是 " ่ " (ไม้เอก)，其調值為：21
第二調 (เสียงโท) 聲調符號是 " ้ " (ไม้โท)，其調值為：51
第三調 (เสียงตรี) 聲調符號是 " ๊ " (ไม้ตรี)，其調值為：45
第四調 (เสียงจัตวา) 聲調符號是 " ๋ " (ไม้จัตวา)，其調值為：215

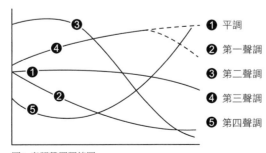

❶ 平調
❷ 第一聲調
❸ 第二聲調
❹ 第三聲調
❺ 第四聲調

圖1 泰語聲調調值圖

注解：泰文聲調符號與真實發音時是不同的概念，經常出現書寫時跟發音的調值不一致的情
況。一般而言只有中子音與長母音、雙母音或特殊母音相拼才會出現書寫的聲調符號
與發音相同的情況。

二 中子音拼讀規則

　　中子音與長母音相拼（包括特殊母音）能拼出5個聲調。中子音與短母音（特殊母音除外）相拼的音節一般不加聲調符號，發音時往往發第一調，如：กะ จะ ตะ ปะ 等。 若有聲調符號，多為語氣詞或外來語借詞。如：ก๊ะ จ๊ะ จ๋ะ โต๊ะ等。

三 音節拼讀練習

🔊 027

จา [jā]	จ่า [jā˅]	จ้า [jāˋ]	จ๊า [jā~]	จ๋า [jāˊ]
ดี [dhī]	ดี่ [dhī˅]	ดี้ [dhīˋ]	ดี๊ [dhī~]	ดี๋ [dhīˊ]
ตู [dū]	ตู่ [dū˅]	ตู้ [dūˋ]	ตู๊ [dū~]	ตู๋ [dūˊ]
บือ [bhœ]	บื่อ [bhœ˅]	บื้อ [bhœˋ]	บื๊อ [bhœ~]	บื๋อ [bhœˊ]
เป [bē]	เป่ [bē˅]	เป้ [bēˋ]	เป๊ [bē~]	เป๋ [bēˊ]
แก [gɛ̄]	แก่ [gɛ̄˅]	แก้ [gɛ̄ˋ]	แก๊ [gɛ̄~]	แก๋ [gɛ̄ˊ]
โต [dō]	โต่ [dō˅]	โต้ [dōˋ]	โต๊ [dō~]	โต๋ [dōˊ]
ปอ [bɔ̄]	ป่อ [bɔ̄˅]	ป้อ [bɔ̄ˋ]	ป๊อ [bɔ̄~]	ป๋อ [bɔ̄ˊ]
เจอ [jɤ̄]	เจ่อ [jɤ̄˅]	เจ้อ [jɤ̄ˋ]	เจ๊อ [jɤ̄~]	เจ๋อ [jɤ̄ˊ]

續　表

เตีย [dīa]	เตี่ย [dīa ˇ]	เตี้ย [dīa ˋ]	เตี๊ย [dīa~]	เตี๋ย [dīa ˊ]
เบือ [bhœa]	เบื่อ [bhœa ˇ]	เบื้อ [bhœa ˋ]	เบื๊อ [bhœa~]	เบื๋อ [bhœa ˊ]
ตัว [dūa]	ตั่ว [dūa ˇ]	ตั้ว [dūa ˋ]	ตั๊ว [dūa~]	ตั๋ว [dūa ˊ]
จำ [jam]	จ่ำ [jam ˇ]	จ้ำ [jam ˋ]	จ๊ำ [jam~]	จ๋ำ [jam ˊ]
ได [dhai]	ได่ [dhai ˇ]	ได้ [dhai ˋ]	ได๊ [dhai~]	ได๋ [dhai ˊ]
ใต [dai]	ใต่ [dai ˇ]	ใต้ [dai ˋ]	ใต๊ [dai~]	ใต๋ [dai ˊ]
เอา [ao]	เอ่า [ao ˇ]	เอ้า [ao ˋ]	เอ๊า [ao~]	เอ๋า [ao ˊ]

練習

一 拼讀並抄寫下列單詞。　🔊 028

แก่	[gɛ̄ˇ]	年邁
แก้	[gɛ̄ˋ]	解、脫；打開
ไก่	[gaiˇ]	雞
กี่	[gīˇ]	幾、多少
กู้	[gūˋ]	打撈；借貸
เก่า	[gaoˇ]	舊、老
เก้า	[gaoˋ]	（數詞）九
จี้	[jīˋ]	輕撬、搶劫
เจ้า	[jaoˋ]	主；君主
ด่า	[dhāˇ]	責罵
ได้	[dhaiˋ]	得到、獲得
ดื้อ	[dhœ̄ˋ]	頑皮；固執
ต่อ	[dɔ̄ˇ]	繼續
ตั๋ว	[dūaˊ]	票；單據
ต่ำ	[damˇ]	低
ตู้	[dūˋ]	櫥；櫃
เต่า	[daoˇ]	龜
เต้า	[daoˋ]	（潮州話）豆；乳（房）
เตี้ย	[dīaˋ]	矮

แต่	[dɛ̄ˇ]	只;但是
โต้	[dō˟]	爭辯
โต๊ะ	[do~]	桌子
ไต่	[daiˇ]	爬;攀
ใต้	[dai˟]	南
บ่อ	[bhɔ̄ˇ]	井;池塘
บ่า	[bhāˇ]	肩
บ้า	[bhā˟]	瘋狂;瘋癲
บี้	[bhī˟]	碾碎
เบ้	[bhē˟]	歪、斜
เบ้อ	[bhə̄˟]	（傷口）大、深
เบี้ย	[bhīa˟]	貝幣（泰國古代貨幣）
เบื่อ	[bhœaˇ]	煩、厭煩
ใบ	[bhai]	葉子
ใบ้	[bhai˟]	啞巴
ปอ	[bɔ̄]	麻;黃麻
ป่า	[bāˇ]	森林
ป้า	[bā˟]	姑母;姨母
อ้า	[ā˟]	張開;伸張
อู่	[ūˇ]	搖籃;船塢
เอื้อ	[œa˟]	有助於

二　朗讀、抄寫下列辭彙，並借助詞典瞭解其含義。　🔊 029

เก้าอี้	[เก้า-อี้]	椅子
แก้ตัว	[แก้-ตัว]	辯解
เจ้าป่า	[เจ้า-ป่า]	森林之王
เจ้าปู่	[เจ้า-ปู่]	尊長
ดีบัว	[ดี-บัว]	蓮心
ดูเบา	[ดู-เบา]	輕視
ได้แก่	[ได้-แก่]	即；就是
ต่อไป	[ต่อ-ไป]	接下去
ไต่เต้า	[ไต่-เต้า]	向上爬
บ้าบอ	[บ้า-บอ]	瘋瘋癲癲
เบ้าตา	[เบ้า-ตา]	眼窩
ปอเปี๊ยะ	[ปอ-เปี๊ยะ]	春捲

三　朗讀並抄寫下列句子。　🔊 030

1. ปู่ ตาเอาตู้ เอาโต๊ะ เอาเก้าอี้เก่าเก่าไปจำนำ
2. ปู่เอาปูไปบี้ในกา
3. ป้าไม่เอาเก้าอี้ตัวเก่าเก่า
4. ไก่ป่าดำดำดูเต่าตัวเตี้ยเตี้ย
5. ดูดีดีโต๊ะตัวต่ำๆ

Lesson >>>

高子音

一　泰語高子音

🔊 031

泰語高子音（อักษรสูง）有7個音素，11個字母。

子音	ข[1] ฃ[2]	ฉ	ถ ฐ	ผ	ฝ	ศ ษ ส	ห
音標	[k]	[ch]	[t]	[p]	[f]	[s]	[h]

▸▸▸ 發音要領

1　ข [k] 舌根，送氣，清塞音。發音時，舌根抵住軟齶，軟齶後部上升，堵塞鼻腔通路，聲帶不振動，較強的氣流衝破阻礙，爆發成聲。與國語 "卡 [ㄎㄚ]" 中的子音[ㄎ]發音類似。

2　ฉ [ch] 舌面，送氣，清塞音。發音時，舌面前部抵住軟齶，軟齶後部上升，堵塞鼻腔通路，聲帶不振動，較強的氣流衝破阻礙，爆發成聲。國語沒有與此相類似的子音。

3　ถ ฐ [t] 舌尖，送氣，清塞音。發音時，舌尖抵住上齒齦，軟齶上升，堵塞鼻腔通路，聲帶不振動，較強的氣流衝破舌尖的阻礙，爆發成聲。與國語 "他 [ㄊㄚ]" 中的子音 [ㄊ] 發音類似。

4　ผ [p] 雙唇，送氣，清塞音。發音時，雙唇閉合，軟齶上升，堵塞鼻腔

---

1 高子音字母發音時聲調為第四調，調值為215，如 ข 讀為 [kɔ²¹⁵]。

2 ฃ-ขวด在現行的泰語文字中已被廢除，不再使用。

通路，聲帶不振動，較強的氣流衝破雙唇的阻礙，爆發成聲。與國語的 "爬 [ㄆㄚˊ]" 中的子音 [ㄆ] 發音類似。

5 ฝ [f] 唇齒，擦音。發音時，下唇接近上齒，形成窄縫，軟齶上升，堵塞鼻腔通路，氣流不振動聲帶，從唇齒間的窄縫中擠出，摩擦成聲。與國語 "發 [ㄈㄚ]" 中的子音 [ㄈ] 發音類似。

6 ศ ษ ส [s] 舌尖，擦音。發音時，舌尖接近上齒背，形成窄縫，軟齶上升，堵塞鼻腔通路，氣流不振動聲帶，從舌尖和上齒背的窄縫中擦出而成聲。與國語 "撒 [ㄙㄚˇ]" 中的子音 [ㄙ] 發音類似。

7 ห [h] 喉壁，擦音。發音時，軟齶上升，堵塞鼻腔通路，聲帶不振動，氣流從喉壁中擦出而成聲。國語沒有與此相類似的子音。

二 高子音拼讀規則

高子音與長母音（包括特殊母音）相拼出現3個聲調，即：第四調、第一調和第二調。

高子音與短母音相拼只出現1個聲調，即第一調。如：ขะ　แฉะ　ถะ ผุ ศิลา สะเดาะ เสาะ เหาะ 等。

三 音節拼讀練習

🔊 032

第四調	第一調	第二調
ขา [kāˊ]	ข่า [kāˇ]	ข้า [kāˋ]
ฉี [chīˊ]	ฉี่ [chīˇ]	ฉี้ [chīˋ]
ถือ [tœ̄ˊ]	ถื่อ [tœ̄ˇ]	ถื้อ [tœ̄ˋ]
ผู [pūˊ]	ผู่ [pūˇ]	ผู้ [pūˋ]
เฝ [fē̄ˊ]	เฝ่ [fē̄ˇ]	เฝ้ [fē̄ˋ]

續　表

第四調	第一調	第二調
แส [sɛ̄ˊ]	แส่ [sɛ̄ˇ]	แส้ [sɛ̄ˋ]
โห [hō ˊ]	โห่ [hō ˇ]	โห้ [hō ˋ]
ถำ [tam ˊ]	ถ่ำ [tam ˇ]	ถ้ำ [tam ˋ]
เสา [sao ˊ]	เส่า [sao ˇ]	เส้า [sao ˋ]

四　泰文字母書寫筆順

一 抄寫高子音字母各十遍。

二 朗讀下列音節。 🔊 033

分辨母音 ู [ū]、โอ [ō] 和 ออ[ɔ]

ขู — โข — ขอ	หู — โห — หอ
ถู — โถ — ถอ	ผู — โผ — ผอ

三 拼讀並抄寫下列單詞。 🔊 034

ขา	[kā ˊ]	腿
ขอ	[kɔ ˊ]	請求
ข้อ	[kɔ ˋ]	環節；條款
ขี่	[kī ˇ]	騎
ขี้	[kī ˋ]	糞便
ขู่	[kū ˇ]	恐嚇
ไข่	[kai ˇ]	蛋
ไข้	[kai ˋ]	疾病；發燒
ฉ้อ	[chɔ ˋ]	舞弊
ถ้า	[tā ˋ]	如果
ถี่	[tī ˇ]	稠密
ถือ	[tœ̄ ˊ]	拿、持
ถู	[tū ˊ]	擦、搓

เถา	[tao ˊ]	蔓、藤
เถ้า	[tao ˋ]	灰、灰燼
ไถ	[tai ˊ]	犁
ไถ่	[tai ˇ]	贖、贖回
ผา	[pā ˊ]	山岩、崖
ผ่า	[pā ˇ]	切、剖
ผ้า	[pā ˋ]	布、布料
ผี	[pī ˊ]	鬼魂
เผา	[pao ˊ]	燒、焚燒
เผ่า	[pao ˇ]	族、部族
ไผ่	[pai ˇ]	竹、竹子
ฝา	[fā ˊ]	蓋子
ฝ่า	[fā ˇ]	（手、腳）掌
ฝี	[fī ˊ]	膿瘡
เฝ้า	[fao ˋ]	看守
สี	[sī ˊ]	顏色
สี่	[sī ˇ]	（數詞）四
สื่อ	[sœ̄ ˇ]	媒介
สู่	[sū ˇ]	赴、抵
สู้	[sū ˋ]	努力、奮鬥
เสา	[sao ˊ]	柱子、杆
เส้า	[sao ˋ]	角、面

เสาะ	[sɔ ˇ]	尋找
เสีย	[sīa ˊ]	壞、損壞
เสือ	[sœa ˊ]	虎
เสื่อ	[sœa ˇ]	草席
เสื้อ	[sœa ˋ]	衣裳
ใส	[sai ˊ]	清澈
ใส่	[sai ˇ]	穿、戴
ไส้	[sai ˋ]	腸子
หา	[hā ˊ]	找、尋
ห่า	[hā ˇ]	瘟、疫
ห้า	[hā ˋ]	（數詞）五
หู	[hū ˊ]	耳朵
เหา	[hao ˊ]	頭蝨
เห่า	[hao ˇ]	（狗）叫
เหาะ	[hɔ ˇ]	飛騰
ให้	[hai ˋ]	給予

四 朗讀、抄寫下列辭彙，並借助詞典瞭解其含義。　　🔊 035

ขาไก่	[ขา-ไก่]	雞腳、雞爪
ขาเข้า	[ขา-เข้า]	入境
ข้าเก่า	[ข้า-เก่า]	舊僕
ไขข้อ	[ไข-ข้อ]	關節潤滑液

ไขสือ	[ไข-สือ]	裝糊塗
ไข่ไก่	[ไข่-ไก่]	雞蛋
ไข้ใจ	[ไข้-ใจ]	相思病
ถือตัว	[ถือ-ตัว]	擺架子
ถูตัว	[ถู-ตัว]	搓身
ถูไถ	[ถู-ไถ]	將就
เถ้าแก่	[เท่า-แก่]	老闆
เถ้าดำ	[เท่า-ดำ]	黑灰
ไถนา	[ไถ-นา]	耕田
ไถ่ตัว	[ไถ่-ตัว]	贖身
ผ้าใบ	[ผ้า-ใบ]	帆布
ผ้าปูโต๊ะ	[ผ้า-ปู-โต๊ะ]	桌布
ผีเสื้อ	[ผี-เสื้อ]	蝴蝶
ผู้ใด	[ผู้-ใด]	何人；哪位
ผู้ดี	[ผู้-ดี]	高貴的人
เผื่อแผ่	[เผื่อ-แผ่]	慷慨
ไผ่ป่า	[ไผ่-ป่า]	一種帶刺野竹
เข้าเฝ้า	[เข้า-เฝ้า]	朝見；覲見
เฝ้าไข้	[เฝ้า-ไข้]	服侍病人
ใฝ่ใจ	[ใฝ่-ใจ]	愛好
สะใจ	[สะ-ใจ]	稱心如意；人心大快
สะดือ	[สะ-ดือ]	肚臍

สะเดาะ	[สะ-เดาะ]	(以魔法、咒語)使脫落;消除
สาขา	[สา-ขา]	分(店、行)
สีจำปา	[สี-จำ-ปา]	杏黃色
สีดำ	[สี-ดำ]	黑色
เสียใจ	[เสีย-ใจ]	傷心
เสื้อผ้า	[เสื้อ-ผ้า]	衣服
หูเบา	[หู-เบา]	輕信;耳根子軟
สู่ขอ	[สู่-ขอ]	提親

五 朗讀並抄寫下列句子。　　　　　　　　　　　　🔊 036

1. ปู่ขอให้อาเอาเสื่อไปปู
2. เสือตัวโตโตสีอะไร
3. ผีเสื้อสีใสใสเกาะเสื้อสีดำดำ
4. ตาเอาข่ามาถูขา อาเอาข่าใส่ไห
5. ถ้าอาผ่าฝี ตาจะไปเฝ้าไข้

低子音

一 泰語低子音

🔊 037

泰語低子音(อักษรต่ำ)音素有14個，字母24個。

表1

低子音	ค ฅ ฆ	ง	ช ฌ	ซ	ย ญ	ท ธ ฑ ฒ	น ณ
音標	[k]	[ng]	[ch]¹	[s]	[y]	[t]	[n]

表2

低子音	พ ภ	ฟ	ม	ร	ล ฬ	ว	ฮ
音標	[p]	[f]	[m]	[r]	[l]	[w]	[h]

▶▶▶ 發音要領

1 ค ฆ [k] 舌根，送氣，清塞音。發音要領與高子音ข 相同，只是低子音字母發音時聲調為平調。

2 ง [ng] 舌根，鼻音。發音時，舌根抵住軟齶，軟齶下降，打開鼻腔通路。氣流振動聲帶，從鼻腔通過形成鼻音；阻礙解除時，氣流衝破舌根的阻礙，發出輕微的塞音。國語沒有與此相類似的子音。

---

1 低輔音字母發音時聲調為第平調，調值為33，如 ค 讀為 [kɔ]。

2 ฃ-ฅ在現行的泰語文字中已被廢除，不再使用。

3　ช ฌ [ch] 舌面，送氣，清塞音。發音要領與高子音ฉ相同，只是低子音字母發音時聲調為平調。

4　ซ [s] 舌尖，擦音。發音要領與高子音 ศ ษ ส 相同，只是低子音字母發音時聲調為平調。

5　ท ธ ฑ ฒ [t] 舌尖，送氣，清塞音。發音要領與高子音 ถ ฐ 相同，只是低子音字母發音時聲調為平調。

6　น ณ [n] 舌尖，鼻音。發音時，舌尖抵住上齒齦，軟齶下降，打開鼻腔通路。氣流振動聲帶，從鼻腔通過形成鼻音；阻礙解除時，氣流衝破舌尖的阻礙，發出輕微的塞音。與國語 "拿 [ㄋㄚˊ]" 中的子音 [ㄋ] 發音類似。

7　พ ภ [p] 雙唇，送氣，清塞音。發音與高子音 ผ 相同，只是低子音字母發音時聲調為平調。

8　ฟ [f] 唇齒，擦音。發音要領與高子音 ฝ 相同，只是低子音字母發音時聲調為平調。

9　ม [m] 雙唇，鼻音。發音時，雙唇閉合，軟齶下降，打開鼻腔通路。氣流振動聲帶，從鼻腔通過形成鼻音；阻礙解除時，氣流衝破雙唇的阻礙，發出輕微的塞音。與國語 "媽 [ㄇㄚ]" 中的子音 [ㄇ] 發音類似。

10　ย ญ [y] 舌面，半母音。發音時，唇形呈扁平狀，舌頭前伸使舌尖抵住下齒背，氣流通過舌面與硬齶之間摩擦成聲。國語沒有與此相類似的子音。

11　ร [r] 舌尖，顫音。發音時，舌尖受氣流的衝擊顫動，使聲道在短時間裡發生多次開閉，氣流忽通忽塞。國語沒有與此相類似的子音。

12　ล ฬ [l] 舌尖，邊音。發音時，舌尖與上齒齦接觸，但舌頭的兩邊仍留有空隙，同時軟齶上升，阻塞鼻腔的通路，氣流振動聲帶，從舌頭兩邊通過。與國語 "拉 [ㄌㄚ]" 中的子音 [ㄌ] 發音類似。

13 ว [w] 雙唇，半母音。發音時雙唇收攏，舌根靠近軟齶形成阻礙，氣流通過阻礙產生微弱摩擦成聲。國語沒有與此相類似的子音。

14 ฮ [h] 喉壁，擦音。發音要領與高子音 ห 相同，只是低子音字母發音時聲調為平調。

二 低子音拼讀規則

低子音與長母音（包括特殊母音）相拼出現3個聲調，即：平調、第二調和第三調。

低子音與短母音相拼只出現1個聲調，即第三調。如：

คะ เคาะ เคียะ เงาะ เซาะ แซะ ทะ ทะลุ ธุระ นะ นิติ นิธิ พุ มะลิ มิติ ระบุ ระยะ ระอุ ลัวะ เลอะเทอะ และ 等。

三 音節拼讀練習

🔊 038

平調	第二調	第三調
คา [kā]	ค่า [kā、]	ค้า [kā~]
แง [ngɛ̄]	แง่ [ngɛ̄、]	แง้ [ngɛ̄~]
ใช [chai]	ใช่ [chai、]	ใช้ [chai~]
ซือ [sœ̄]	ซื่อ [sœ̄、]	ซื้อ [sœ̄~]
เท [tē]	เท่ [tē、]	เท้ [tē~]
เนา [nao]	เน่า [nao、]	เน้า [nao~]

續　表

平調	第二調	第三調
พี [pī]	พี่ [pī丶]	พี้ [pī~]
เฟือ [fœa]	เฟื่อ [fœa丶]	เฟื้อ [fœa~]
มา [mā]	ม่า [mā丶]	ม้า [mā~]
ยำ [yam]	ย่ำ [yam丶]	ย้ำ [yam~]
เรา [rao]	เร่า [rao丶]	เร้า [rao~]
โล [lō]	โล่ [lō丶]	โล้ [lō~]
ไว [wai]	ไว่ [wai丶]	ไว้ [wai~]
ฮอ [hɔ̄]	ฮ่อ [hɔ̄丶]	ฮ้อ [hɔ̄~]

四 泰文字母書寫筆順

ค　　ฆ　　ง　　ช　　ฌ

ซ	ท	ธ	ฑ	ฒ
ซ	ท	ธ	ฑ	ฒ

น	ณ	พ	ภ	
น	ณ	พ	ภ	

ฟ	ม	ย	ญ	
ฟ	ม	ย	ญ	

ร	ล	ฬ	ว	ฮ
ร	ล	ฬ	ว	ฮ

 **練習**

一 抄寫泰語低子音字母各十遍。

二 朗讀下列音節。　　　　　　　　　　　　　　　　　🔊 039

　　1. 分辨平調和第三調

　　คา — ค้า　　　　ชู — ชู้　　　　ซือ — ซื้อ

　　งา — ง้า　　　　รู — รู้　　　　ลา — ล้า

　　เทา — เท้า　　　　พี — พี้　　　　นา — น้า

　　2. 分辨低子音 น [n]、ล [l] 和 ร [r]

　　นา — ลา — รา　　　　　นี่ — ลี่ — รี่

　　นี้ — ลี้ — รี้　　　　　เนา — เลา — เรา

　　เน่า — เล่า — เร่า　　　　แน่ — แล่ — แร่

　　นำ — ลำ — รำ　　　　　โน — โล — โร

　　3. 分辨低子音 ง [ng] 和中子音 อ [ʔ]

　　งา — อา　　　ง่า — อ่า　　　ง้ำ — อ้ำ

　　ง้ำ — อ้ำ　　　งู — อู　　　เงา — เอา

　　แง — แอ　　　โง่ — โอ่　　　ไง — ไอ

三 拼讀並抄寫下列單詞。

　　【一】　　　　　　　　　　　　　　　　🔊 040 0:00

| ค่า | [kā ﹨] | 價值；費用 |

ค้า	[kā~]	銷售、買賣
คำ	[kam]	詞；黃金
ค่ำ	[kam ˋ]	夜晚
คือ	[kœ̄]	是、就是
คู	[kū]	溝、渠
คู่	[kū ˋ]	雙、對
เค้า	[kao~]	輪廓；端倪
เคาะ	[kɔ~]	敲、打
แค่	[kɛ̄ ˋ]	僅此、僅僅
ฆ่า	[kā ˋ]	宰、殺
งา	[ngā]	芝麻；象牙
งู	[ngū]	蛇
เงา	[ngao]	影子、陰影
เงาะ	[ngɔ~]	紅毛丹
แง่	[ngɛ̄ ˋ]	角、棱角
โง่	[ngō ˋ]	笨、傻
ชา	[chā]	茶
ช้า	[chā~]	慢
ชี้	[chī~]	指、指出
ชื่อ	[chœ̄ ˋ]	名字、名稱
เช่า	[chao ˋ]	租賃
เช้า	[chao~]	早上

เชื่อ	[chɶ̄a ˋ]	信任
เชื้อ	[chɶ̄a~]	血統、種族；細菌
แช่	[chɛ̄ ˋ]	浸、泡
ใช่	[chai ˋ]	是、對
ใช้	[chai~]	使用

【二】　　　　　　　　　　　　　　🔊 040 0:58

ซอ	[sɔ̄]	琴、胡琴
ซ้ำ	[sam~]	重複
ซื่อ	[sɶ̄ ˋ]	老實、正直
ซื้อ	[sɶ̄~]	購買
แซ่	[sɛ̄ ˋ]	姓氏
โซ่	[sō ˋ]	鐵鏈
เฒ่า	[tao ˋ]	老、年邁
ทอ	[tɔ̄]	編織
ท่อ	[tɔ̄ ˋ]	管子
ท้อ	[tɔ̄~]	桃；灰心
ทั่ว	[tūa ˋ]	全部、整個
ทา	[tā]	塗、抹
ท่า	[tā ˋ]	碼頭、港口
ท้า	[tā~]	挑戰
ทำ	[tam]	做、辦

ที่	[tī \ ]	地方、場所
เท	[tē]	灌、傾注
เท่า	[tao \ ]	相等、相當
เท้า	[tao~]	腳、足
โท	[tō]	二;次

【三】 🔊 040 1:40

นา	[nā]	田、水田
น่า	[nā \ ]	動詞前綴,表示值得做
น้า	[nā~]	舅舅;姨母
นำ	[nam]	帶、引領
น้ำ	[nam~]	水、汁
นี่	[nī \ ]	(指示代詞)這
นี้	[nī~]	這;今
เนื้อ	[nœ̄a~]	肉
ใน	[nai]	在……中,在……裡
พอ	[pɔ̄]	足夠、滿足
พ่อ	[pɔ̄ \ ]	父親、爸爸
พา	[pā]	領、帶
พี่	[pī \ ]	哥;姐
เพื่อ	[pœ̄a \ ]	為、為了
แพ	[pɛ̄]	筏子

แพ้	[pɛ̄~]	輸、負
ไพ่	[pai ˋ]	紙牌、牌
ฟ้า	[fã~]	天、天空
เฟ้อ	[fɔ̄~]	膨脹
ไฟ	[fai]	火
มา	[mā]	來
ม้า	[mā~]	馬
มี	[mī]	有、持有
มือ	[mœ]	手
เมา	[mao]	醉、沉迷
เมีย	[mīa]	老婆
เมื่อ	[mœa ˋ]	...時；當...的時候
แม่	[mɛ̄ ˋ]	媽媽、母親
ไม่	[mai ˋ]	不、否
ไม้	[mai~]	木、木頭、木材

【四】　　　　　　　　　　　　　　　🔊 040 2:44

ยา	[yā]	藥
ย่า	[yā ˋ]	祖母、奶奶
ยำ	[yam]	涼拌
ย่ำ	[yam ˋ]	踩、踏
ย้ำ	[yam~]	重申

เยอะ	[yə~]	多、很多
เยื่อ	[yɯ̄a ˋ]	膜、薄膜
แย่	[yɛ̄ ˋ]	糟糕
รอ	[rɔ]	等、等候
รั่ว	[rūa ˋ]	漏
รา	[rā]	黴、黴菌
รำ	[ram]	糠；跳舞
รื้อ	[rɯ̄~]	拆除
รู	[rū]	洞、孔
รู้	[rū~]	知道、知曉
เรา	[rao]	我們、咱們
เรือ	[rɯ̄a]	船
แร่	[rɛ̄ ˋ]	礦、礦石
ไร่	[rai ˋ]	旱地
ไร้	[rai~]	短缺；沒有

【五】　　　　　　　　　　　　　　🔊 040 3:24

ล่อ	[lɔ̄ ˋ]	騾；引誘
ล้อ	[lɔ~]	輪、輪子；戲弄
ลา	[lā]	驢；告辭
ล่า	[lā ˋ]	獵捕
ลำ	[lam]	溝渠；（量詞）架、艘

ล้ำ	[lam~]	超越
ลือ	[lœ]	傳聞；謠傳
เล่า	[lao ˋ]	講述
และ	[lɛ~]	和、與
ไล่	[lai ˋ]	驅趕
วัว	[wūa]	黃牛
ว่า	[wā ˋ]	說、講
ไว	[wai]	快、迅速
ไว้	[wai~]	擱、放

四 朗讀、抄寫下列辭彙，並借助詞典瞭解其含義。

【一】　　　　　　　　　　　　　　　　　　　🔊 041 0:00

คาถา	[คา-ถา]	咒語
ค่าเช่า	[ค่า-เช่า]	租金
ค่าตั๋ว	[ค่า-ตั๋ว]	票價
ค่าน้ำ	[ค่า-น้ำ]	水費
ค่าเรือ	[ค่า-เรือ]	船費
คำนำ	[คำ-นำ]	前言
คือว่า	[คือ-ว่า]	就是說
คู่คี่	[คู่-คี่]	不相上下
คู่มือ	[คู่-มือ]	手冊
งอแง	[งอ-แง]	哭鬧

งูเห่า	[งู-เห่า]	眼鏡蛇
แง่ดี	[แง่-ดี]	好的方面
โง่เง่า	[โง่-เง่า]	愚蠢
ชะนี	[ชะ-นี]	長臂猿
ชะลอ	[ชะ-ลอ]	放慢；減速
ชี้แจง	[ชี้-แจง]	解釋；說明
ชี้นำ	[ชี้-นำ]	指導
เช่าซื้อ	[เช่า-ซื้อ]	租購
เชื่อถือ	[เชื่อ-ถือ]	信仰
เชื้อสาย	[เชื้อ-สาย]	血統
ซออู้	[ซอ-อู้]	二胡
ซีอิ๊ว	[ซี-อิ๊ว]	醬油
เซ้าซี้	[เซ้า-ซี้]	糾纏；嘮叨
โซดา	[โซ-ดา]	蘇打
เฒ่าแก่	[เฒ่า-แก่]	媒人；月老
ทอผ้า	[ทอ-ผ้า]	織布
ทอเสื่อ	[ทอ-เสื่อ]	織草席
ท่อน้ำ	[ท่อ-น้ำ]	水管
ท่อไอเสีย	[ท่อ-ไอ-เสีย]	排氣管
ท้อใจ	[ท้อ-ใจ]	灰心；氣餒
ท้อแท้	[ท้อ-แท้]	沮喪
ทะลุ	[ทะ-ลุ]	穿透

【二】　　　　　　　　　　　　　　　　🔊 041 1:30

ทะเล	[ทะ-เล]	海
ทะเลาะ	[ทะ-เลาะ]	吵架
ทั่วไป	[ทั่ว-ไป]	普遍；一般
ทายา	[ทา-ยา]	擦藥
ท่าน้ำ	[ท่า-น้ำ]	河邊碼頭
ท่าเรือ	[ท่า-เรือ]	碼頭；海港
ทำนา	[ทำ-นา]	耕種，種（水）田
ทำไร่	[ทำ-ไร่]	種（旱）地
ทำให้	[ทำ-ให้]	使；促使
ที่นี่	[ที่-นี่]	這裡
ที่ใด	[ที่-ใด]	哪裡
เท่าใด	[เท่า-ใด]	多少
เท่าไร	[เท่า-ไร]	多少
เท่านี้	[เท่า-นี้]	這樣；這麼些
น่าดู	[น่า-ดู]	值得看；好看；美觀
น่าเชื่อ	[น่า-เชื่อ]	可信；值得相信
น่าเบื่อ	[น่า-เบื่อ]	令人厭煩
น้ำใจ	[น้ำ-ใจ]	心意；人情味
น้ำชา	[น้ำ-ชา]	茶水
น้ำตา	[น้ำ-ตา]	淚水
น้ำเต้า	[น้ำ-เต้า]	葫蘆

น้ำทะเล	[น้ำ-ทะ-เล]	海水
น้ำเน่า	[น้ำ-เน่า]	髒水；污水
น้ำป่า	[น้ำ-ป่า]	山洪
น้ำยา	[น้ำ-ยา]	藥水
น้ำเสีย	[น้ำ-เสีย]	廢水；污水
นิติ	[นิ-ติ]	法；法律
นิธิ	[นิ-ทิ]	寶藏
เนื้อคู่	[เนื้อ-คู่]	真命天子／女
เนื้อผ้า	[เนื้อ-ผ้า]	布質；布料
เนื้อหา	[เนื้อ-หา]	內容
แน่ใจ	[แน่-ใจ]	確信

【三】　🔊 041 3:01

แนะนำ	[แนะ-นำ]	指導；介紹
ในใจ	[ใน-ใจ]	心裡；內心
พอใจ	[พอ-ใจ]	滿意
พอดี	[พอ-ดี]	剛好
พอได้	[พอ-ได้]	還湊合；一得到
พ่อค้า	[พ่อ-ค้า]	（男）商人
พ่อเฒ่า	[พ่อ-เฒ่า]	老爺爺
พ่อตา	[พ่อ-ตา]	岳父
พะโล้	[พะ-โล้]	滷味

พิธี	[พิ-ที]	儀式;典禮
เพ้อเจ้อ	[เพ้อ-เจ้อ]	胡說八道
แพ้ยา	[แพ้-ยา]	藥物過敏
ไพเราะ	[ไพ-เราะ]	悅耳;動聽
ภาษา	[พา-สา]	語言
ภาษี	[พา-สี]	稅
ภูเขา	[พู-เขา]	山
ภูเขาไฟ	[พู-เขา-ไฟ]	火山
ฟ้าผ่า	[ฟ้า-ผ่า]	雷擊
เอื้อเฟื้อ	[เอื้อ-เฟื้อ]	慷慨
ไฟป่า	[ไฟ-ป่า]	森林大火
ไฟฟ้า	[ไฟ-ฟ้า]	電
มะเขือ	[มะ-เขือ]	茄子
มะละกอ	[มะ-ละ-กอ]	木瓜
มะลิ	[มะ-ลิ]	茉莉
มายา	[มา-ยา]	幻術;詭計
มีค่า	[มี-ค่า]	有價值
มีชื่อ	[มี-ชื่อ]	有名
มูเซอ	[มู-เซอ]	泰北山區克倫族的一支
เมาเรือ	[เมา-เรือ]	暈船
เมื่อกี้	[เมื่อ-กี้]	剛剛
เมื่อเช้า	[เมื่อ-เช้า]	今早

เมื่อไร	[เมื่อ-ไร]	什麼時候
แม่ค้า	[แม่-ค้า]	女商販
แม่เฒ่า	[แม่-เท่า]	老奶奶
แม่น้ำ	[แม่-น้ำ]	河流
ไม่ได้	[ไม่-ได้]	不行

【四】 🔊 041 4:41

ไม่มี	[ไม่-มี]	沒有
ไม่รู้	[ไม่-รู้]	不知道
ย่ำค่ำ	[ย่ำ-ค่ำ]	黃昏
ย่ำแย่	[ย่ำ-แย่]	（狀況）糟糕的
ยี่ห้อ	[ยี่-ห้อ]	品牌；商店招牌
เยอะแยะ	[เยอะ-แยะ]	很多
ระบำ	[ระ-บำ]	舞蹈
ระบุ	[ระ-บุ]	指出；指
ระยะ	[ระ-ยะ]	階段；距離
ราคา	[รา-คา]	價格
ราชา	[รา-ชา]	國王
เร้าใจ	[เร้า-ใจ]	激勵人心
ไร่นา	[ไร่-นา]	田地
ไร้สาระ	[ไร้-สา-ระ]	無意義
ล่าช้า	[ล่า-ช้า]	緩慢

ลำคอ	[ลำ-คอ]	喉嚨
ลำเนา	[ลำ-เนา]	地方
ลำเพา	[ลำ-เพา]	貌美的
ลำไย	[ลำ-ไย]	龍眼
ลำไส้	[ลำ-ไส้]	腸
ล้ำค่า	[ล้ำ-ค่า]	無價的
ลีลา	[ลี-ลา]	姿態
ลือชื่อ	[ลือ-ชื่อ]	聞名
เล่าลือ	[เล่า-ลือ]	流傳
เล้าไก่	[เล้า-ไก่]	雞舍
โลมา	[โล-มา]	海豚
โลเล	[โล-เล]	反覆無常
โลหะ	[โล-หะ]	金屬
ไล่เลี่ย	[ไล่-เลี่ย]	相近
ไล่ออก	[ไล่-ออก]	開除
วิชา	[วิ-ชา]	學科；學問
เวที	[เว-ที]	臺；舞臺；講臺
เวลา	[เว-ลา]	時間
ไวไฟ	[ไว-ไฟ]	易燃；閃電似的愛情
ไว้ใจ	[ไว้-ใจ]	放心；信任
เฮฮา	[เฮ-ฮา]	嘻嘻哈哈

五 朗讀並抄寫下列句子。　　　　　　　　　🔊 042

1. เวลา เช้า เช้า มา ให้ ไว ไว
2. พี่พาผมไปเล่นที่ท่าน้ำ
3. แม่และพ่อพาตาไปหาป้าที่ไร่เงาะ
4. ถ้าเมาเรือให้หายาแก้เมามาไว้ในเรือ
5. แต่ละปีพี่จะซื้อม้ามาสี่ห้าตัว
6. น้ำและไฟฟ้ามีราคา ใช้ให้รู้ค่า
7. รู้อะไรไม่สู้รู้วิชา
8. ผู้นำที่ดีนำน้ำไปใส่ในนา
9. แม่ค้าไม่รู้ว่าที่นี่มีรูรั่ว
10. เนื้อมีเชื้อราไม่น่ากิน

Lesson >>>

泰語清尾音 (1)

一 泰語清尾音

　　泰語母音分清尾音和濁尾音。泰語清尾音（คำเป็น）是指以母音和鼻音收尾的母音；泰語濁尾音（คำตาย[1]）是指以塞音[-p]、[-t]、[-k] 收尾的母音。

　　本書所講的泰語清尾音是指以 ม [-m] (แม่ กม)、น [-n] (แม่ กน)、ง [-ng] (แม่ กง)、ว [-u] (แม่ เกอว)、ย [-i](แม่ เกย) 收尾的母音。泰語清尾音個別尾音可以由其他的子音字母代表，列表如下：

	子音字母
[-ng]	ง
[-n]	น ญ ณ ร ล ฬ
[-m]	ม
[-i]	ย
[-u]	ว

　　注：同屬於尾音[-n] 性質的子音字母都為舌尖或舌面的鼻音、顫音、邊音或是半母音的子音字母。

---

1 泰語的 "คำตาย" 除了指以子音[-p]、[-t]、[-k] 收尾的音節外，還指子音與短母音（除特殊母音外）相拼的音節。本書所講的泰語濁尾音是指前者。

　　泰語單母音、雙母音與尾音（包括清尾音和濁尾音）相結合為母音後，大部分母音不變形，只有少部分母音變形。列表如下：

母音	尾音	變形	例 詞
อะ	-ม -น -ง -ย或 -ก -ด -บ	อัy	กั้ง　รัก
เอะ	-ม -น -ง -ว或 -ก -ด -บ	เอ็y^2	เต็ม เป็ด
แอะ	-ม -น -ง -ว或 -ก -ด -บ	แอ็y	แข็ง แม็ก
โอะ	-ม -น -ง或 -ก -ด -บ	อy	คน　มด
เอาะ	-ม -น -ง或 -ก -ด -บ	อ็อ y^2	ค็อก ช็อป
เออ	-ม -น -ง或 -ก -ด -บ	เอิy	เดิม เติบ
เออ	-ย	เอย	เคย เลย
อัว	-ม -น -ง -ว或 -ก -ด -บ	อวy	ล้วน ขวบ

注:"y"表示尾音。

　　本課講泰語單母音 อะ [a]、อา [ā]；อิ [i]、อี [ī]；อึ [œ]、อือ [œ̄]；อุ [u]、อู [ū] 與尾音 ม [-m]、น [-n]、ง [-ng]、ว [-u]、ย [-i] 相結合的清尾音母。

🔊 043

尾音 母音	ง [-ng]	น [-n]	ม [-m]	ย [-i]	ว [-u]
อะ〔a〕	อัง	อัน	อัม	อัย	-
อา〔ā〕	อาง	อาน	อาม	อาย	อาว
อิ〔i〕	อิง	อิน	อิม	-	อิว

泰語清尾音表（1）

---

2 子音上方的 "◌็" 為短音符號，泰語稱之為 " ไม้ไต่คู้"。

3 短母音 " เอาะ" 與尾音結合為 " อ็อ y " 形式的母音，一般只出現在英語借詞中。

母音 ＼ 尾音	ง [-ng]	น [-n]	ม [-m]	ย [-i]	ว [-u]
อี〔ī〕	อีง*	อีน	อีม	-	อีว*
อิ〔œ〕	อิง	อิน	อิม	-	-
อือ〔œ̄〕	อืง*	อืน	อืม	-	-
อุ〔u〕	อุง	อุน	อุม	อุย	-
อู〔ū〕	อูง	อูน	อูม	อูย	-

注：泰語裏不出現帶＊號母音所拼寫的詞，此表列出僅供拼讀練習。

二 清尾音發音要領

1 ง [-ng] 　 舌根鼻音尾音，發音時，舌根在母音送氣結束時頂住軟顎，然後氣流全部從鼻腔流出，與普通話 "東 [ㄉㄨㄥ]" 中的子音尾音 "[-ㄥ]" 發音相似。

2 น [-n] 　 舌尖鼻音尾音，發音時，舌尖在母音送氣結束時頂住齒齦，然後氣流全部從鼻腔流出。與普通話 "民 [ㄇㄧㄣˊ]" 中子音尾音 "[-ㄣ]" 發音相似。

3 ม [-m] 雙唇鼻音尾音，發音時，雙唇在母音送氣結束時迅速緊閉，然後氣流全部從鼻腔流出。

4 ย [-i] 母音尾音[4]，與普通話 "呆 [ㄉㄞ]" 中 "[ㄧ]" 發音相似。
　（註：「ㄞ」是由「ㄚ」、「ㄧ」結合而成）
　（註：「ㄠ」是由「ㄚ」、「ㄨ」結合而成）

5 ว [-u] 母音尾音，與普通話 "包 [ㄅㄠ]" 中 "[ㄨ]" 發音相似。

---

4 泰國學者將出現在尾音位置上的 -ย 、 -ว 字母看作母音性質的尾音，但中國學者側重從語音學角度分類，認為 -ย 、 -ว 字母和前面的單母音結合為雙母音。

三 泰語清尾音音節拼讀規則

🔊 044

1 中子音與清尾音相拼，無論母音的短、長，一般都能出現5個聲調。如：

กัง   กั่ง   กั้ง   กั๊ง   กั๋ง

กาง   ก่าง   ก้าง   ก๊าง   ก๋าง

2 高子音與清尾音相拼，無論母音的短、長，一般只出現3個聲調，即第四調、第一調和第二調。如：

ขัน   ขั่น   ขั้น

ขาน   ข่าน   ข้าน

3 低子音與清尾音相拼，無論母音的短、長，一般只出現3個聲調，即平調、第二調和第三調。如：

คัน   คั่น   คั้น

คาน   ค่าน   ค้าน

4 泰語音節的拼讀方式可按中文拼音的方式進行（括弧裏的拼讀方式為泰語習慣的拼讀方式）。如：

กัง   ก + ั ง   =   กัง   （ก + ะ + ง = กัง）

gang   g + ang   =   gang

ขึ้น   ข + ืน + ้   =   ขึ้น   （ข + ื + น → ขืน + ้ = ขึ้น）

kœn、 k + œn   =   kœn、

สาม   ส + าม   =   สาม   （ส + า + ม = สาม）

sām∕   s + ām   =   sām∕

ทุ่ม   ท + ุม + '   =   ทุ่ม   （ท + ุ + ม → ทุม + ' = ทุ่ม）

tum、 t + um   =   tum、

 練習

一 朗讀下列音節。 📢 045

1. 分辨中子音 ต [d] 和 ด [dh]

ตั้น — ดัน	ต่าง — ด่าง	ต้าน — ด้าน
ตาม — ดาม	ตาย — ดาย	ตาว — ดาว
ติ่ง — ดิ่ง	ตึง — ดึง	ตื่น — ดื่น

2. 分辨中子音 ป [b] 和 บ [bh]

ปาง — บาง	ป้าง — บ้าง	ปาน — บาน
ป่าย — บ่าย	ป่าว — บ่าว	ปิ่น — บิ่น

3. 分辨低子音 น [n]、ล [l] 和 ร [r]

นาง — ลาง — ราง	นาน — ลาน — ราน
น่าน — ล่าน — ร่าน	นาม — ลาม — ราม
นาย — ลาย — ราย	นุ่น — ลุ่น — รุ่น

4. 分辨短母音和長母音

กั้ง — ก้าง	กั้น — ก้าน	เก้า — ก้าว
จำ — จาม	ดึ่ม — ดื่ม	ปั่น — ปาน
ไข — ขาย	เข้า — ข้าว	ถัง — ถาง
สั่ง — ส่าง	สัน — สาน	หั่น — ห่าน
ไห — หาย	คั่ง — ค่าง	คั้น — ค้าน
งัน — งาน	ใน — นาย	พัน — พาน

ยัง — ยาง   เดา — ดาว   ตำ — ตาม

5. **分辨清尾音尾** [-m] 、 [-n] 、 [-ng] **的音節**

ก้าง — ก้าน	จาน — จาม	ดัง — ดัน
ด่าง — ด่าน	ดื่น — ดื่ม	ต่าง — ต่าน
ขัน — ขำ	ขิง — ขิม	ขึ้ง — ขึ้น
ฝั่ง — ฝัน	สั่ง — สั่น	ห่าง — ห่าน
ล้าง — ล้าน	ร้าง — ร้าน	ยืน — ยืม
นิ่ง — นิ่ม	ฟัง — ฟัน	นาน — นาม

二 **拼讀並抄寫下列單詞。**

【一】   🔊 046 0:00

กัน	[gan]	相互
กั้น	[gan ˋ]	攔、截
ก้าง	[gāng ˋ]	魚刺
กาย	[gāi]	身體、軀幹
การ	[gān]	工作、事務
กิน	[gin]	吃
กุ้ง	[gung ˋ]	蝦
จ้าง	[jāng ˋ]	雇用
จาน	[jān]	盤、碟
จ่าย	[jāi ˇ]	支付、花費
จิ้ม	[jim ˋ]	蘸；剔、插

จิ๋ว	[jiu ˊ]	極小、最小
จีน	[jīn]	中國
จึง	[jœng]	就；因此
จูง	[jūng]	牽、引
ดัง	[dhang]	響亮、大聲；有名
ด้าน	[dhān ˋ]	邊、面、方
ด้าม	[dhām ˋ]	柄、支
ด้าย	[dhāi ˋ]	線、紗
ดาว	[dhāu]	星、星星
ดิน	[dhin]	土、泥土
ดึง	[dhœng]	拉、拖
ดื่ม	[dhēm ˇ]	飲、喝
บ้าง	[bhāng ˋ]	一點、少許
บ้าน	[bhān ˋ]	家、房屋
บ่าย	[bhāi ˇ]	下午、午後
บิน	[bhin]	飛、飛翔
บุญ	[bhun]	功德、善行

【二】　　　　　　　　　　　　　　　　　　🔊 046 1:10

ปัน	[ban]	分、分給
ปั่น	[ban ˇ]	轉、轉動
ปั้น	[ban ˋ]	捏；塑造

ปั๊ม	[bam~]	幫浦；加油站
ปีน	[bīn]	攀、爬
ปืน	[bœ̄n]	槍、炮
ปุ๋ย	[bui ́]	肥料
อัน	[an]	（量詞）個、塊
อ่าง	[āng ˇ]	盆、缸
อ้าง	[āng ˋ]	引用、引證
อ่าน	[ān ˇ]	讀、看（書）
อาย	[āi]	害羞
อ่าว	[āu ˇ]	灣、海灣
อิ่ม	[im ˇ]	飽
อื่น	[œ̄n ˇ]	其他、別的
อุ่น	[un ˇ]	溫、溫暖
อุ้ม	[um ˋ]	抱、托
อุ้ย	[ui ˋ]	笨重、笨拙
ขัง	[kang ́]	監禁、囚禁
ขั้น	[kan ˋ]	臺階、級別
ข้าง	[kāng ˋ]	……邊、面
ขาย	[kāi ́]	賣、銷售
ขาว	[kāu ́]	白、潔白
ข่าว	[kāu ˇ]	消息、新聞
ข้าว	[kāu ˋ]	飯；米

ขึ้น	[kœn `]	上、升起

【三】　🔊 046 2:04

ฉัน	[chan ˊ]	我（朋友之間）
ฉาง	[chāng ˊ]	倉、倉庫
ฉาย	[chāi ˊ]	照、照射
ฉุน	[chun ˊ]	（味道）嗆鼻；生氣
ถัง	[tang ˊ]	桶
ถ่าน	[tān ˇ]	炭
ถาม	[tām ˊ]	問
ถ่าย	[tāi ˇ]	拍（照）；排瀉
ถึง	[tœng ˊ]	到、抵達
ถุง	[tung ˊ]	袋
ผัง	[pang ˊ]	規劃、藍圖
ผ่าน	[pān ˇ]	通過、經過
ผิว	[piu ˊ]	皮膚
ผึ้ง	[pœng `]	蜂、蜜蜂
ผืน	[pœn ˊ]	片、張
ฝัง	[fang ˊ]	埋、掩埋
ฝั่ง	[fang ˇ]	岸
ฝัน	[fan ˊ]	夢
ฝิ่น	[fin ˇ]	鴉片

ฝุ่น	[fun ˇ]	塵土、灰塵
ฝูง	[fūng ╱]	群、隊
ศีล	[sīn ╱]	戒律
สั่ง	[sang ˇ]	命令、指示
สั่น	[san ˇ]	發抖、哆嗦
สั้น	[san ╲]	短、簡短
สาม	[sām ╱]	（數詞）三
สาย	[sāi ╱]	條、帶、線
สาร	[sān ╱]	物體、物質
สาว	[sāu ╱]	女、女性
สิ่ง	[sing ˇ]	物品、事物
สิน	[sin ╱]	錢財、財富
สิ้น	[sin ╲]	完、盡、終
สูง	[sūng ╱]	高
สูญ	[sūn ╱]	消失、損失

【四】　　　　　　　　　　　　　　　🔊 046 3:23

หัน	[han ╱]	轉、轉動
หั่น	[han ˇ]	切、切片
หาง	[hāng ╱]	尾、尾巴
ห่าง	[hāng ˇ]	稀、距；間隔
ห้าง	[hāng ╲]	商行

หาย	[hāi ˊ]	遺失、失蹤
หิน	[hin ˊ]	石、石頭
หิว	[hiu ˊ]	餓、饑
หิ้ว	[hiu ˋ]	提；攜帶
หุง	[hung ˊ]	煮（飯）
หุ่น	[hun ˇ]	木偶；模型
หุ้น	[hun ˋ]	股份
คัน	[kan]	癢
คั้น	[kan~]	榨、擠
คาง	[kāng]	下巴、下頜
ค้าง	[kāng~]	擱置、懸掛
ค้าน	[kān~]	反對、反駁
คาว	[kāu]	腥
คุณ	[kun]	您；恩德、恩惠
คุ้น	[kun~]	熟悉、熟知
คุ้ม	[kum~]	划算；保護、防護
คุย	[kui]	談話、聊天
งั้น	[ngan~]	那樣、那麼
งาน	[ngān]	工作；事物
งาม	[ngām]	秀麗、美麗
ง่าย	[ngāi ˋ]	容易、輕易
งิ้ว	[ngiu~]	（中國的）戲曲

ชั้น	[chan~]	層、層次

ช่าง	[chāng`]	工匠、技師
ช้าง	[chāng~]	象
ชาม	[chām]	碗
ชาย	[chāi]	男、男子
ชาว	[chāu]	人（們）
ชิ้น	[chin~]	（量詞）塊、件
ชิม	[chim]	嚐、品嚐
ซ้าย	[sāi~]	左
ซึม	[sœm]	滲透
ยัง	[yang]	存在、維持；尚未
ยั้ง	[yang~]	停頓、中止
ยาง	[yāng]	橡膠
ย่าง	[yāng`]	烤、燒
ยาม	[yām]	保安；時辰、時期
ยาย	[yāi]	外祖母、外婆
ย้าย	[yāi~]	搬、遷移
ยาว	[yāu]	長、久
ยิง	[ying]	射、射擊
ยิ่ง	[ying`]	更；十分、非常

ยิน	[yin]	聽見、聞到
ยิ้ม	[yim~]	微笑
ยืน	[yœ̄n]	站、立
ยืม	[yœ̄m]	借
ยุง	[yung]	蚊子
ยุ่ง	[yung﹨]	忙碌；亂、雜亂
ยูง	[yūng]	孔雀

【六】　🔊 046 5:19

ทั้ง	[tang~]	全、整
ทัน	[tan]	趕上、及時
ทาง	[tāng]	路、道路
ท่าน	[tān﹨]	您、先生
ท้าย	[tāi~]	末尾、尾部
ทิ้ง	[ting~]	丟、拋
ทีม	[tīm]	隊、組
ทึ่ง	[tœng﹨]	迷惑；感興趣
ทุ่ง	[tung﹨]	原野、平原
ทุน	[tun]	資本；獎金、基金
ทุ่ม	[tum﹨]	點；時鐘
นั่ง	[nang﹨]	坐
นั่น	[nan﹨]	那（指示代詞，遠指）

นั้น	[nan~]	那（指示形容詞，遠指）
นาง	[nāng]	女、女子
นาน	[nān]	久、長久
นาม	[nām]	名、名稱
นาย	[nāi]	主人；長官
นิ่ว	[niu ˋ]	結石
นิ้ว	[niu~]	手指；腳趾；寸
พัง	[pang]	（東西）損壞；坍塌、倒塌
พัน	[pan]	（數詞）千
พึ่ง	[pœng ˋ]	憑、仗
พื้น	[pœ̄n~]	平地、地面
พุง	[pung]	腹、肚子
ฟัง	[fang]	聽
ฟัน	[fan]	牙
ฟืน	[fœ̄n]	柴火、木柴
ฟื้น	[fœ̄n~]	恢復、康復
ภัย	[pai]	災難

【七】　🔊 046 6:20

ภาย	[pāi]	邊、面、部
มัน	[man]	它；薯類
ม่าน	[mān ˋ]	幔、布簾

มึน	[mœn]	暈眩、昏沉沉
มุ่ง	[mung、]	朝向～前進
มุ้ง	[mung~]	蚊帳
รัง	[rang]	窩、巢穴
ราง	[rāng]	軌道
ร่าง	[rāng、]	身、形體
ร้าน	[rān~]	店、鋪、館
ริน	[rin]	斟、倒
ริม	[rim]	邊緣；岸邊
รุ่ง	[rung、]	拂曉、破曉
รุ้ง	[rung~]	彩虹
รุ่น	[run、]	輩、代
ลัง	[lang]	箱子
ล้าง	[lāng~]	洗、洗滌
ล้าน	[lān~]	（數詞）百萬；禿
ล่าม	[lām、]	口譯者；拴住
ลาย	[lāi]	花紋、花樣
ลาว	[lāu]	老撾；寮國
ลิง	[ling]	猴子
ลิ้น	[lin~]	舌頭
ลื่น	[lœn、]	滑、光滑
ลืม	[lœm]	忘記、遺忘

ลุง	[lung]	舅父；伯父
ลุย	[lui]	涉、踩
วัง	[wang]	宮殿
วัน	[wan]	天、日
วาง	[wāng]	安放、放置
ว่าง	[wāng ˋ]	空、空白
ว่าย	[wāi ˋ]	遊、游泳
ว่าว	[wāu ˋ]	風箏
วิ่ง	[wing ˋ]	跑、奔跑
ฮั่น	[han ˋ]	漢族

三 朗讀、抄寫下列辭彙，並借助詞典瞭解其含義

【一】　　　　　　　　　　　　　　　　🔊 047 0:00

การค้า	[กาน-ค้า]	貿易；生意
การงาน	[กาน-งาน]	工作
กำลัง	[กำ-ลัง]	力氣；正在進行
กำไร	[กำ-ไร]	利潤
ไม้จิ้มฟัน	[ไม้-จิ้ม-ฟัน]	牙籤
ดังลั่น	[ดัง-ลั่น]	巨響
ดังนั้น	[ดัง-นั้น]	因此；於是
ด้านข้าง	[ด้าน-ข้าง]	側邊
ด้านใน	[ด้าน-ใน]	裡面

ดินเผา	[ดิน-เผา]	烤黏土;陶土
บัญชา	[บัน-ชา]	指揮;命令
บัญชี	[บัน-ชี]	帳簿
บันได	[บัน-ได]	樓梯
ปัญญา	[ปัน-ยา]	智慧
ปัญหา	[ปัน-หา]	問題
ปั่นฝ้าย	[ปั่น-ฝ้าย]	紡織
ปั่นไฟ	[ปั่น-ไฟ]	發電
ปั๊มน้ำมัน	[ปั๊ม-น้ำ-มัน]	加油站
ปิ่นโต	[ปิ่น-โต]	(手提的分層)飯盒
ปุ๋ยเคมี	[ปุ๋ย-เค-มี]	化學肥料
อ้างอิง	[อ้าง-อิง]	援引;引證
อ่าวไทย	[อ่าว-ไท]	暹羅灣
อาหาร	[อา-หาน]	食物
อิ่มใจ	[อิ่ม-ใจ]	滿意
อิ่มตัว	[อิ่ม-ตัว]	飽滿;飽和
อิ่มตื้อ	[อิ่ม-ตื้อ]	過飽
อุ่นใจ	[อุ่น-ใจ]	安心
อุ้ยอ้าย	[อุ้ย-อ้าย]	笨重

【二】　　　　　　　　　　　　　　　🔊 047 1:09

ขายตั๋ว	[ขาย-ตั๋ว]	賣票

ขาวดำ	[ขาว-ดำ]	黑白的
ข่าวดี	[ข่าว-ดี]	好消息、喜訊
ข่าวลือ	[ข่าว-ลือ]	謠言
ข้าวฟ่าง	[ข้าว-ฟ่าง]	小米、穀子
ข้าวมันไก่	[ข้าว-มัน-ไก่]	海南雞飯
ข้าวสาร	[ข้าว-สาน]	米
ข้าวสาลี	[ข้าว-สา-ลี]	小麥
ขึ้นฉ่าย	[ขึ้น-ฉ่าย]	芹菜
ขึ้นชื่อ	[ขึ้น-ชื่อ]	聞名
ขึ้นราคา	[ขึ้น-รา-คา]	漲價
ฉางข้าว	[ฉาง-ข้าว]	糧倉
ถังน้ำ	[ถัง-น้ำ]	水桶
ถ่านไฟฉาย	[ถ่าน-ไฟ-ฉาย]	（手電筒）電池
ถ่านไม้	[ถ่าน-ไม้]	木炭
ถ่านหิน	[ถ่าน-หิน]	煤炭
ถ่ายทำ	[ถ่าย-ทำ]	攝製
ถ่ายเท	[ถ่าย-เท]	使（空氣、水）流通
ถึงแม้ว่า	[ถึง-แม้-ว่า]	儘管、即使
ถุงเท้า	[ถุง-เท้า]	襪子
ถุงมือ	[ถุง-มือ]	手套
ผิวขาว	[ผิว-ขาว]	白皮膚
ผิวดำ	[ผิว-ดำ]	黑皮膚

ฝั่งทะเล	[ฝั่ง-ทะ-เล]	海岸
สั่งซื้อ	[สั่ง-ซื้อ]	訂購
ใบสั่งยา	[ใบ-สั่ง-ยา]	藥方
สัญญา	[สัน-ยา]	協定、條約
สัญญาณ	[สัน-ยาน]	信號
สันดาน	[สัน-ดาน]	本性
สันติ	[สัน-ติ]	安寧、太平
สามัญ	[สา-มัน]	普通
สายการบิน	[สาย-กาน-บิน]	（飛機）航線、航空公司
สายตายาว	[สาย-ตา-ยาว]	遠視
สายตาสั้น	[สาย-ตา-สั้น]	近視
สายไฟฟ้า	[สาย-ไฟ-ฟ้า]	電線
สายรุ้ง	[สาย-รุ้ง]	彩虹
สำคัญ	[สำ-คัน]	重要
สำเนา	[สำ-เนา]	副本
สำมะโน	[สำ-มะ-โน]	普查、統計
สินค้า	[สิน-ค้า]	商品
สินเชื่อ	[สิน-เชื่อ]	信貸
สิ้นปี	[สิ้น-ปี]	年終
สูญเสีย	[สูน-เสีย]	損失
หางไก่	[หาง-ไก่]	雞尾
หางตา	[หาง-ตา]	眼角

หายใจ	[หาย-ใจ]	呼吸
หายตัว	[หาย-ตัว]	失蹤
หินปูน	[หิน-ปูน]	石灰
หิวข้าว	[หิว-ข้าว]	肚子餓
หุงข้าว	[หุง-ข้าว]	煮飯
หุ้นกู้	[หุ้น-กู้]	債券
ผู้ถือหุ้น	[ผู้-ถือ-หุ้น]	股東

【三】　　　　　　　　　　　　　　🔊 047 3:30

คันนา	[คัน-นา]	田埂
ค้างคืน	[ค้าง-คืน]	過夜
ค้างคาว	[ค้าง-คาว]	蝙蝠
คุณค่า	[คุน-ค่า]	價值
คุณพี่	[คุน-พี่]	哥哥、姐姐（尊稱）
คุ้มค่า	[คุ้ม-ค่า]	值得
คุ้มทุน	[คุ้ม-ทุน]	夠本
งานการ	[งาน-กาน]	工作
งามตา	[งาม-ตา]	悅目、美觀
ง่ายดาย	[ง่าย-ดาย]	輕易
ชั้นนำ	[ชั้น-นำ]	第一流、領導
ชั้นใน	[ชั้น-ใน]	內層
ชั้นล่าง	[ชั้น-ล่าง]	樓下、下層

ชั้นสูง	[ชั้น-สูง]	高等；上屬；高層
ช่างฝีมือ	[ช่าง-ฝี-มือ]	手藝工
ช่างไฟฟ้า	[ช่าง-ไฟ-ฟ้า]	電工
ช่างไม้	[ช่าง-ไม้]	木工、木匠
ชายทะเล	[ชาย-ทะ-เล]	海濱
ชาวเขา	[ชาว-เขา]	山民
ชาวต่างด้าว	[ชาว-ต่าง-ด้าว]	外國僑民
ชาวนา	[ชาว-นา]	農民
ชาวบ้าน	[ชาว-บ้าน]	村民；老百姓
ชำนาญ	[ชำ-นาน]	熟練、精通
ชื่นใจ	[ชื่น-ใจ]	愉快
ชุมนุม	[ชุม-นุม]	聚集、聚會
ซ้ายมือ	[ซ้าย-มือ]	左手邊
ซึมเซา	[ซึม-เซา]	消沉
ย่างกุ้ง	[ย่าง-กุ้ง]	仰光（緬甸最大城市）
ย้ายเข้า	[ย้าย-เข้า]	搬入
ยิงปืน	[ยิง-ปืน]	開槍
ยิงเป้า	[ยิง-เป้า]	打靶
ยินดี	[ยิน-ดี]	喜悅、樂意
ยืนยัน	[ยืน-ยัน]	證實；堅持
ยื่นมือ	[ยื่น-มือ]	伸手
ยุงลาย	[ยุง-ลาย]	黑斑蚊

ทั้งนั้น	[ทั้ง-นั้น]	全部；一概
ทั้งวัน	[ทั้ง-วัน]	整天
ทั้งสิ้น	[ทั้ง-สิ้น]	全部；一切
ทันใจ	[ทัน-ใจ]	及時、趕上需要
ทันที	[ทัน-ที]	馬上
ทันเวลา	[ทัน-เว-ลา]	及時
ทางเข้า	[ทาง-เข้า]	入口
ทางตัน	[ทาง-ตัน]	死巷
ทางน้ำ	[ทาง-น้ำ]	水道
ทางเรือ	[ทาง-เรือ]	航道；水道（船）
ทางวิ่ง	[ทาง-วิ่ง]	跑道
ทานข้าว	[ทาน-ข้าว]	用餐
ทำงาน	[ทำ-งาน]	工作
ทุ่งนา	[ทุ่ง-นา]	田野
ทุ่มเท	[ทุ่ม-เท]	投入
นางงาม	[นาง-งาม]	美人
นางฟ้า	[นาง-ฟ้า]	仙女
นางสาว	[นาง-สาว]	小姐，用於未婚女性的姓名前
นายจ้าง	[นาย-จ้าง]	雇主
นายช่าง	[นาย-ช่าง]	工匠
เจ้านาย	[เจ้า-นาย]	老闆
นายพัน	[นาย-พัน]	校官（軍，警）

นิ้วชี้	[นิ้ว-ชี้]	食指
นิ้วเท้า	[นิ้ว-เท้า]	腳趾
พังงา	[พัง-งา]	美女；攀牙（泰南府名）
ผ้าพันคอ	[ผ้า-พัน-คอ]	圍巾
พื้นฐาน	[พื้น-ถาน]	基礎
พื้นดิน	[พื้น-ดิน]	地面；土地
พื้นที่	[พื้น-ที่]	面積
ฟันผุ	[ฟัน-ผุ]	蛀牙
ฟันฝ่า	[ฟัน-ฝ่า]	衝破；突破（障礙）
ฟื้นตัว	[ฟื้น-ตัว]	甦醒
ฟื้นฟู	[ฟื้น-ฟู]	恢復
ภายใต้	[ภาย-ใต้]	在…之下
มึนเมา	[มึน-เมา]	醉醺醺
รังแก	[รัง-แก]	欺負
รังผึ้ง	[รัง-ผึ้ง]	蜂窩
รังสี	[รัง-สี]	光芒；射線
รางวัล	[ราง-วัน]	獎品；獎勵
ร่างกาย	[ร่าง-กาย]	身體
ร้านกาแฟ	[ร้าน-กา-แฟ]	咖啡店
ร้านขายยา	[ร้าน-ขาย-ยา]	藥局
ร้านอาหาร	[ร้าน-อา-หาน]	餐廳
รายการ	[ราย-กาน]	節目

รายงาน	[ราย-งาน]	報告
รายจ่าย	[ราย-จ่าย]	支出
รายชื่อ	[ราย-ชื่อ]	名單
รายได้	[ราย-ได้]	收入
วันรุ่งขึ้น	[วัน-รุ่ง-ขึ้น]	翌日
รุ้งกินน้ำ	[รุ้ง-กิน-น้ำ]	彩虹
รุ่นพี่	[รุ่น-พี่]	前輩
ลังกา	[ลัง-กา]	錫蘭（今「斯里蘭卡」）
ลังเล	[ลัง-เล]	猶豫
ลันเตา	[ลัน-เตา]	豌豆
ลั่นฆ้อง	[ลั่น-ฆ้อง]	敲鑼
ล้างตา	[ล้าง-ตา]	沖洗眼睛
ล้างมือ	[ล้าง-มือ]	洗手
ลายมือ	[ลาย-มือ]	指紋；筆跡
ม้าลาย	[ม้า-ลาย]	斑馬
ลำพัง	[ลำ-พัง]	獨自
ลิ้นไก่	[ลิ้น-ไก่]	小舌
ลิ้นจี่	[ลิ้น-จี่]	荔枝
ลืมตา	[ลืม-ตา]	睜開眼睛
ลุยน้ำ	[ลุย-น้ำ]	涉水
วันนี้	[วัน-นี้]	今天
วางใจ	[วาง-ใจ]	放心

วางท่า	[วาง-ท่า]	擺架子
วางมือ	[วาง-มือ]	不做了（事）
ว่างงาน	[ว่าง-งาน]	失業
ว่ายน้ำ	[ว่าย-น้ำ]	游泳
วุ่นวาย	[วุ่น-วาย]	鬧事
วุ้นเส้น	[วุ้น-เส้น]	冬粉
ฮันนิมูน	[ฮัน-นิ-มูน]	度蜜月

四 朗讀並抄寫下列句子。　　　　　　　　　　　　🔊 048

1. ฟังให้ดี อ่านให้ได้ ว่าคำนี้คืออะไร
2. ยังไม่ยืนยันว่าจะขึ้นราคาเมื่อใด
3. ค่ำคืนมียุงเยอะกางมุ้งกันยุงให้ดี
4. วันว่างพากันไปดูวังต้องห้าม
5. ชาวนานั่งมองดูข้าวในนา
6. วันนี้วันว่างเวลาเย็นไปกินข้าวที่ร้านริมทาง
7. ชาวจีนและชาวไทยหลายคนจูงมือกันไปลงเรือ
8. พี่นั่งนิ่งนิ่งยังไม่คุ้นกับบ้านนี้
9. คนต่างด้าวตื่นเต้นที่ได้มาดูเรือเก่าแก่
10. อาไม่ให้ขังช้างไว้ในนา ไม่ให้ขังค้างคาวเอาไว้ในลัง

泰語清尾音（2）

本課講泰語單母音 เอะ [e]、เอ [ē]；แอะ [ɛ]、แอ [ɛ̄]；โอะ [o]、โอ [ō]；ออ [ɔ]；เออ [ə]及雙母音 เอีย [īa]、เอือ [œa]、อัว [ūa] 與尾音 ม [-m]、น [-n]、ง [-ng]、ว [-u]、ย [-i] 相結合的清尾音。

🔊 049

尾音 母音	ง [-ng]	น [-n]	ม [-m]	ย [-i]	ว [-u]
เอะ〔e〕	เอ็ง	เอ็น	เอ็ม	——	เอ็ว
เอ〔ē〕	เอง	เอน	เอม	——	เอว
แอะ〔ɛ〕	แอ็ง	แอ็น*	แอ็ม*	——	แอ็ว*
แอ〔ɛ̄〕	แอง	แอน	แอม	——	แอว
โอะ〔o〕	อง	อน	อม	——	——
โอ〔ō〕	โอง	โอน	โอม	โอย	โอว*
เออ〔ə〕	เอิง	เอิน	เอิม	เอย	——
ออ〔ɔ〕	ออง	ออน	ออม	ออย	——

注：帶*號的韻母一般用於拼寫外來語借詞。

尾音 雙母音	ง [-ng]	น [-n]	ม [-m]	ย [-i]	ว [-u]
泰語清尾音表（3）					
เอีย〔īa〕	เอียง	เอียน	เอียม	—	เอียว
เอือ〔ɶ̄a〕	เอือง	เอือน	เอือม	เอือย	—
อัว〔ūa〕	อวง	อวน	อวม	อวย	—

✏️ 練習

一 朗讀下列音節。

1. **分辨中子音 ต** [d] **和 ด** [dh]　　🔊 050 0:00

เติม — เดิม	เตียง — เดียง	เตือน — เดือน
แตง — แดง	แตน — แดน	โต่ง — โด่ง
ตง — ดง	ต้น — ด้น	ตวง — ดวง

2. **分辨中子音 ป** [b] **和 บ** [bh]　　🔊 050 0:35

ปน — บน	ป่น — บ่น	ปวง — บวง
ป้วน — บ้วน	ป้อง — บ้อง	ป้อม — บ้อม

3. **分辨低子音 น** [n]、**ล** [l] **和 ร** [r]　　🔊 050 0:58

นม — ลม	นอน — ลอน	ล้อม — น้อม
เนย — เลย	เนื่อง — เลื่อง	แน่น — แล่น
ล่วง — ร่วง	ล่ม — ร่ม	ลอง — รอง
ล่อน — ร่อน	ลอย — รอย	เลียน — เรียน
เลื่อง — เรื่อง	เลื่อย — เรื่อย	โลก — โรค

4. **分辨短母音 โอะ** [o] **和長母音 โอ** [ō]　　🔊 050 1:55

กง — โกง	จม — โจม	จน — โจน
ดม — โดม	ป่ง — โป่ง	อม — โอม
ขน — โขน	ถม — โถม	ผง — โผง
คน — โคน	คม — โคม	ชน — โชน

ทน — โทน   ลง — โลง   รง — โรง

5. 分辨短母音 อุ [u] 與 โอะ [o]
🔊 050 2:47

กุ้ง — กุ้ง	กุม — กม	จูง — จง
ดุม — ดม	ตุ้ม — ต้ม	บุญ — บน
ขุน — ขน	ขุม — ขม	สุม — สม
คุณ — คน	คุม — คม	ชุน — ชน
ชุม — ชม	ยุง — ยง	ลุง — ลง

6. 分辨長母音 โอ [ō] 與 ออ [ɔ]
🔊 050 3:37

โกง — กอง	โก่ง — ก่อง	โจม — จอม
โดน — ดอน	โต้ง — ต้อง	โป่ง — ป่อง
โขง — ของ	โขน — ขอน	โหม — หอม
โค่น — ค่อน	โชน — ชอน	โทง — ทอง
โน้ม — น้อม	โมง — มอง	โลง — ลอง

7. 分辨長母音 ออ [ɔ] 與 อัว [ūa]
🔊 050 4:31

ของ — ขวง	คอน — ควร	ง่อง — ง่วง
จอน — จวน	ช่อง — ช่วง	ชอน — ชวน
ดอง — ดวง	ด้อย — ด้วย	ตอง — ตวง
ทอง — ทวง	ทอน — ทวน	พอง — พวง
รอย — รวย	ล่อง — ล่วง	สอน — สวน

8. 分辨清尾音 [-m]、[-n]、[-ng] 的音節　　🔊 050 5:22

คง — คม	งง — งม	ลง — ลม
ผง — ผม	ต้น — ต้ม	สอง — สอน
หอง — หอม	จอง — จอม	น้อง — น้อม
ย้อน — ย้อม	ร้อง — ร้อน	ฟ้อง — ฟ้อน
ล้วง — ล้วน	เชิง — เชิญ	เดิน — เดิม
เริง — เริม	เลี่ยง — เลี่ยน	เลื่อน — เลื่อม
เรือง — เรือน	เชื่อง — เชื่อม	เข็น — เข็ม
แดง — แดน	แตง — แตน	แรง — แรม
แกง — แกม	แสง — แสน	แสน — แสม
แล่ง — แล่น		

二 拼讀並抄寫下列單詞。

【一】　　🔊 051 0:00

ก้น	[gon ˋ]	臀；底部
ก้ม	[gom ˋ]	低（頭）
ก่อน	[gɔ̄n ˇ]	先、預先
เกิน	[gɤ̄n]	多、剩餘
เก่ง	[gēng ˇ]	能幹、厲害
เกม	[gēm]	遊戲
เกี่ยว	[gīau ˇ]	相干、關聯
แกง	[gɛ̄ng]	湯菜（帶有較多湯汁的菜餚）

แก้ว	[gɛu ˋ]	泛指質地硬而脆的透明物體；杯子
โกง	[gōng]	詐騙、欺詐
ขน	[kon ˊ]	毛；搬運
ขม	[kom ˊ]	苦
ของ	[kɔ̄ng ˊ]	物品、東西；的
เข็ม	[kem ˊ]	針
เขย	[kə̄i ˊ]	女婿
เขียน	[kīan ˊ]	寫、書寫
เขียว	[kīau ˊ]	綠、青
แข่ง	[kɛ̄ng ˇ]	競賽
แขน	[kɛ̄n ˊ]	胳膊
คง	[kong]	可能、大概
คน	[kon]	人
ควร	[kūan]	適宜、恰當
คอย	[kɔ̄i]	等候
ค่อย	[kɔ̄i ˋ]	漸漸、逐漸
เค็ม	[kem]	鹹

【二】　　　　　　　　　　　　　　　🔊 051 0:50

โคม	[kōm]	燈籠
งง	[ngong]	迷惑
ง่วง	[ngūang ˋ]	困倦、瞌睡

เงิน	[ngɜ̄n]	錢、金錢
จน	[jon]	貧窮；直到
จอง	[jɔ̄ng]	預訂
เฉียง	[chīang ╱]	偏、斜
ชน	[chon]	碰撞
ชม	[chom]	參觀、欣賞
ชวน	[chūan]	邀請
ช่วย	[chūai ╲]	幫助
ช้อน	[chɔ̄n~]	湯匙
เช่น	[chēn ╲]	如、像
เชิญ	[chɜ̄n]	請、邀請
เชื่อม	[chœam ╲]	連接、關聯
ซน	[son]	淘氣、頑皮
ซ่อน	[sɔ̄n ╲]	躲、藏
ซ้อม	[sɔ̄m~]	練習、排練
ซอย	[sɔ̄i]	巷、胡同
เซ็น	[sen]	簽、簽押
ดม	[dhom]	嗅、聞
ดวง	[dhūang]	圓形物
ด่วน	[dhūan ˇ]	急、緊急
ด้วย	[dhūai ╲]	也、亦
เดิน	[dhɜ̄n]	走、行進

เดี๋ยว	[dhīau ╱]	片刻
เดือน	[dhœ̄an]	月份、月亮
แดง	[dhɛ̄ng]	紅、赤
แดน	[dhɛ̄n]	疆域、領土
ต้น	[don ╲]	莖、樹幹

【三】　　　　　　　　　　　　　　　　🔊 051 1:48

ต้ม	[dom ╲]	煮、燒
ต้อง	[dɔ̄ng ╲]	中、碰、觸；必須
เต็ม	[dem]	盈、滿
เตียง	[dīang]	床、床鋪
แตง	[dɛ̄ng]	瓜、瓜類
ถ้วย	[tūai ╲]	杯、碟
ทอง	[tɔ̄ng]	黃金
ท่อง	[tɔ̄ng ╲]	漫遊、遨遊；背誦
ท้อง	[tɔ̄ng~]	腹部、肚子；懷孕
เที่ยง	[tīang ╲]	中午、正午
เที่ยว	[tīau ╲]	次、趟；遊玩觀光
ธง	[tong]	旗幟
น้อง	[nɔ̄ng~]	弟弟、妹妹
นอน	[nɔ̄n]	睡、臥
น้อย	[nɔ̄i~]	少、寡

เนื่อง	[nɶang˴]	連接、連貫
แน่น	[nɛ̄n˴]	緊、密、牢
บน	[bhon]	上方、上面
บ่น	[bhon˅]	抱怨、埋怨
บ่อย	[bhɔi˅]	常常、往往
แบ่ง	[bhɛ̄ng˅]	分、分發
เป็น	[ben]	是
ผง	[pong˄]	粉、粉末
ผม	[pom˄]	頭髮；我（男性）
แผน	[pɛ̄n˄]	計畫；式樣
แผ่น	[pɛ̄n˅]	片、張
ฝน	[fon˄]	雨
พ่น	[pon˴]	噴、冒出

【四】　　　　　　　　　　　　　　　🔊 051 2:50

พวง	[pūang]	串、圈、環
พ่วง	[pūang˴]	牽引、拖拽
เพียง	[pīang]	僅、只、不過
เพื่อน	[pɶan˴]	朋友、夥伴
แพง	[pɛ̄ng]	貴、昂貴
ฟอง	[fɔ̄ng]	泡沫、水泡
ฟ้อง	[fɔ̄ng~]	告狀、起訴

ฟ้อน	[fɔ́ɔn~]	舞蹈
แฟน	[fɛɛn]	（運動、電影等的）狂熱愛好者；愛人
แฟ้ม	[fɛ̂ɛm~]	卷宗、文件夾
ม่วง	[mûang丶]	紫色
ม้วน	[múan~]	捲、捆
มวย	[muai]	拳擊
มอง	[mɔɔng]	望、看、注視
เมือง	[mɯɯang]	城、郡、府
แมง	[mɛɛng]	蟲、昆蟲
แมว	[mɛɛu]	貓

三 朗讀、抄寫下列辭彙，並借助詞典瞭解其含義。

【一】

🔊 052 0:00

กองทุน	[กอง-ทุน]	基金
กองไฟ	[กอง-ไฟ]	火堆
กองบัญชาการ	[กอง-บัน-ชา-กาน]	司令部
ก่อนอื่น	[ก่อน-อื่น]	首先
เกี่ยวข้อง	[เกี่ยว-ข้อง]	有關
เกี่ยวโยง	[เกี่ยว-โยง]	牽連
แกงส้ม	[แกง-ส้ม]	酸咖哩湯
แก้วตา	[แก้ว-ตา]	眼珠

โกงกิน	[โกง-กิน]	貪污
ขนส่ง	[ขน-ส่ง]	運輸
ข่มขี่	[ข่ม-ขี่]	欺壓
ข่มเหง	[ข่ม-เหง]	虐待
ของกิน	[ของ-กิน]	食物
ของเค็ม	[ของ-เค็ม]	鹹食品
ของเถื่อน	[ของ-เถื่อน]	走私品
เข้มข้น	[เข้ม-ข้น]	強烈；濃
เข้มแข็ง	[เข้ม-แข็ง]	堅強
แข็งขัน	[แข็ง-ขัน]	積極；勤勞
แข็งแรง	[แข็ง-แรง]	健康、強壯；牢固
แข่งขัน	[แข่ง-ขัน]	比賽
แขนยาว	[แขน-ยาว]	長袖
แขนสั้น	[แขน-สั้น]	短袖
คงที่	[คง-ที่]	固定
คงคา	[คง-คา]	恒河
คนกันเอง	[คน-กัน-เอง]	自己人
คนไข้	[คน-ไข้]	病人
คนงาน	[คน-งาน]	工人
ค้นหา	[ค้น-หา]	搜尋
ค่อนข้าง	[ค่อน-ข้าง]	相當
ค่อยเป็นค่อยไป	[ค่อย-เป็น-ค่อย-ไป]	按步就班

ค่อยยังชั่ว	[ค่อย-ยัง-ชั่ว]	稍有好轉；還好
ไข่เค็ม	[ไข่-เค็ม]	鹹蛋
เคียงคู่	[เคียง-คู่]	並肩
แค้นเคือง	[แค้น-เคือง]	憤怒
โคมไฟ	[โคม-ไฟ]	燈籠
งมงาย	[งม-งาย]	迷失；愚昧
งวงช้าง	[งวง-ช้าง]	象鼻
เงินกู้	[เงิน-กู้]	貸款
เงินเดือน	[เงิน-เดือน]	月薪
เงินผ่อน	[เงิน-ผ่อน]	分期付款
เงินตรา	[เงิน-ตรา]	貨幣
เงื่อนไข	[เงื่อน-ไข]	條件
จนถึง	[จน-ถึง]	直到
จองตั๋ว	[จอง-ตั๋ว]	訂票
จองโต๊ะ	[จอง-โต๊ะ]	訂位
จ้องมอง	[จ้อง-มอง]	注視
แจ้งความ	[แจ้ง-ความ]	報案
แจ่มใส	[แจ่ม-ใส]	明朗
เฉื่อยชา	[เฉื่อย-ชา]	懶怠
โฉมงาม	[โฉม-งาม]	美貌
ชนไก่	[ชน-ไก่]	鬥雞（動詞）

【二】 🔊 052 2:34

ชมพู	[ชม-พู]	粉紅
ชมพู่	[ชม-พู่]	蓮霧
ช่วงชิง	[ช่วง-ชิง]	爭奪
ช่องทาง	[ช่อง-ทาง]	途徑
ช่วยงาน	[ช่วย-งาน]	幫忙工作
เช่นนั้น	[เช่น-นั้น]	那樣
เชิญชวน	[เชิน-ชวน]	邀請
เชื่อมโยง	[เชื่อม-โยง]	連結
ซ่อมแซม	[ซ่อม-แซม]	修繕
ดงดิบ	[ดง-ดิบ]	原始森林
ดวงแก้ว	[ดวง-แก้ว]	圓形珠寶
ดวงเดือน	[ดวง-เดือน]	月亮
ดวงตา	[ดวง-ตา]	眼珠
ดองยา	[ดอง-ยา]	泡製藥酒
เดินทาง	[เดิน-ทาง]	旅行
เดินเล่น	[เดิน-เล่น]	散步、閒逛
เดี๋ยวก่อน	[เดี๋ยว-ก่อน]	等一等
โด่งดัง	[โด่ง-ดัง]	聞名的
ต้นแขน	[ต้น-แขน]	上臂
ต้นตอ	[ต้น-ตอ]	根源
ต้นไม้	[ต้น-ไม้]	樹

ต้นทุน	[ต้น-ทุน]	成本
ต้มยำ	[ต้ม-ยำ]	酸辣湯
ต้มส้ม	[ต้ม-ส้ม]	酸辣魚湯
ต้องการ	[ต้อง-กาน]	需要
เต้นรำ	[เต้น-รำ]	跳舞
เต็มดวง	[เต็ม-ดวง]	滿（月）
เต็มที่	[เต็ม-ที่]	盡力、全力
เตียงคนไข้	[เตียง-คน-ไข้]	病床
เตียงคู่	[เตียง-คู่]	雙人床
เตือนใจ	[เตือน-ใจ]	告誡；警醒
แตงโม	[แตง-โม]	西瓜
แต่งกาย	[แต่ง-กาย]	穿著
แต่งงาน	[แต่ง-งาน]	結婚
แต่งตัว	[แต่ง-ตัว]	打扮
ถ่วงเวลา	[ถ่วง-เว-ลา]	拖延時間
ถ้วยแก้ว	[ถ้วย-แก้ว]	玻璃杯
ถ้วยน้ำชา	[ถ้วย-น้ำ-ชา]	茶杯
ถ้วยรางวัล	[ถ้วย-ราง-วัน]	獎盃
ถ้วยชาม	[ถ้วย-ชาม]	碗碟

【三】　　　　　　　　　　　　　🔊 052 4:37

แถวนี้	[แถว-นี้]	這一帶

ทนทาน	[ทน-ทาน]	耐久
ทวงเงิน	[ทวง-เงิน]	催還欠款
น้ำท่วม	[น้ำ-ท่วม]	水災
ทองคำ	[ทอง-คำ]	黃金
ท่องจำ	[ท่อง-จำ]	背誦
ท่องเที่ยว	[ท่อง-เที่ยว]	旅行
ท้องถิ่น	[ท้อง-ถิ่น]	當地的
ท้องฟ้า	[ท้อง-ฟ้า]	天空
เที่ยงคืน	[เที่ยง-คืน]	午夜
เที่ยวบิน	[เที่ยว-บิน]	航班
แท่นบูชา	[แท่น-บู-ชา]	祭臺
นมวัว	[นม-วัว]	牛奶
นมนาน	[นม-นาน]	久遠
น้องเขย	[น้อง-เขย]	妹婿
น้องชาย	[น้อง-ชาย]	弟弟
น้องสาว	[น้อง-สาว]	妹妹
น้องสะใภ้	[น้อง-สะ-ไภ้]	弟媳婦
น้อยใจ	[น้อย-ใจ]	感到委屈
เนื่องด้วย	[เนื่อง-ด้วย]	由於
แน่นแฟ้น	[แน่น-แฟ้น]	緊密的
แนวทาง	[แนว-ทาง]	路線
แนวโน้ม	[แนว-โน้ม]	趨勢

บ้วนปาก	[บ้วน-ปาก]	漱口
เบื้องบน	[เบื้อง-บน]	上面；上級
แบ่งเบา	[แบ่ง-เบา]	分擔
แบ่งปัน	[แบ่ง-ปัน]	分配
ป้อมยาม	[ป้อม-ยาม]	崗亭
เป็นไข้	[เป็น-ไข้]	發燒
เป็นต้น	[เป็น-ต้น]	等等
เป็นลม	[เป็น-ลม]	暈倒
ผ่อนผัน	[ผ่อน-ผัน]	寬限；通融
แผนการ	[แผน-กาน]	計畫
แผนที่	[แผน-ที่]	地圖
แผนผัง	[แผน-ผัง]	藍圖
ฝนแล้ง	[ฝน-แล้ง]	乾旱
น้ำฝน	[น้ำ-ฝน]	雨水
ฝอยทอง	[ฝอย-ทอง]	甜蛋絲
พ่นน้ำ	[พ่น-น้ำ]	噴水
พวงกุญแจ	[พวง-กุน-แจ]	鑰匙圈

【四】　　　　　　　　　　　　　　　　　🔊 052 6:34

พวงมาลัย	[พวง-มา-ลัย]	花環；方向盤
พ่วงท้าย	[พ่วง-ท้าย]	（拖輪等）尾部牽引
เพิ่มเติม	[เพิ่ม-เติม]	補充

เพิ่มพูน	[เพิ่ม-พูน]	增加
เพียงแต่	[เพียง-แต่]	只是
เพียงพอ	[เพียง-พอ]	足夠
เพียงใด	[เพียง-ใด]	如何；多麼
เพื่อนเก่า	[เพื่อน-เก่า]	老朋友
เพื่อนบ้าน	[เพื่อน-บ้าน]	鄰居
เพื่อนฝูง	[เพื่อน-ฝูง]	朋友們
แพนด้า	[แพน-ด้า]	熊貓
โพ้นทะเล	[โพ้น-ทะ-เล]	海外（僑胞）
ฟองน้ำ	[ฟอง-น้ำ]	泡沫；海綿
ฟ้อนรำ	[ฟ้อน-รำ]	跳舞；舞蹈
มงคล	[มง-คน]	吉祥
มวยไทย	[มวย-ไท]	泰國拳
มองข้าม	[มอง-ข้าม]	忽視
เมืองร้อน	[เมือง-ร้อน]	熱帶國家
แมงดา	[แมง-ดา]	桂花蟬；吃軟飯的男人
แมวน้ำ	[แมว-น้ำ]	海豹
ย้อมผม	[ย้อม-ผม]	染髮
ย่อยอาหาร	[ย่อย-อา-หาน]	消化食物
เย็นตาโฟ	[เย็น-ตา-โฟ]	一種紅色豆腐乳的湯麵
เยี่ยมไข้	[เยี่ยม-ไข้]	探望病人
เยี่ยมเยียน	[เยี่ยม-เยียน]	拜訪

แย่งชิง	[แย่ง-ชิง]	搶奪
ร่วงโรย	[ร่วง-โรย]	凋謝
ร่วมงาน	[ร่วม-งาน]	參加工作；共事
ร่วมใจ	[ร่วม-ใจ]	齊心
ร่วมมือ	[ร่วม-มือ]	合作
รองท้อง	[รอง-ท้อง]	充饑；墊肚子
รองเท้า	[รอง-เท้า]	鞋子
ร้องขอ	[ร้อง-ขอ]	請求
ร้องไห้	[ร้อง-ไห้]	哭泣
ร้อนใน	[ร้อน-ใน]	上火
ร้อนใจ	[ร้อน-ใจ]	焦急
ร้อยละ	[ร้อย-ละ]	百分比
ร้อยล้าน	[ร้อย-ล้าน]	億
เริ่มต้น	[เริ่ม-ต้น]	開始
เรียนเชิญ	[เรียน-เชิน]	敬請
เรียนต่อ	[เรียน-ต่อ]	繼續升學
เรียนถาม	[เรียน-ถาม]	請問
เรียนรู้	[เรียน-รู้]	學會
เรื่องราว	[เรื่อง-ราว]	事情
เรือนหอ	[เรือน-หอ]	洞房
แรงงาน	[แรง-งาน]	勞力
แรงม้า	[แรง-ม้า]	馬力

โรงงาน	[โรง-งาน]	工廠
โรงไฟฟ้า	[โรง-ไฟ-ฟ้า]	發電廠
โรงเรียน	[โรง-เรียน]	學校
โรงแรม	[โรง-แรม]	旅館
โรงหนัง	[โรง-หนัง]	電影院

【五】　🔊 052 9:05

ลงข่าว	[ลง-ข่าว]	刊載新聞
ลงนาม	[ลง-นาม]	簽字
ลงมือ	[ลง-มือ]	動手
ลนลาน	[ลน-ลาน]	忙亂
ล่มจม	[ล่ม-จม]	傾家蕩產
เลี้ยงโต๊ะจีน	[เลี้ยง-โต๊ะ-จีน]	設宴請客
เลี้ยวซ้าย	[เลี้ยว-ซ้าย]	左轉
เลื่องลือ	[เลื่อง-ลือ]	傳揚、傳播遠揚
เลื่อนขั้น	[เลื่อน-ขั้น]	升級
เลื่อมใส	[เลื่อม-ใส]	信仰
แล้วแต่	[แล้ว-แต่]	聽便；看情況
เวียนหัว	[เวียน-หัว]	頭暈
แว่นตา	[แว่น-ตา]	眼鏡
สมดุล	[สม-ดุน]	平衡
สนใจ	[สน-ใจ]	關注；感興趣

สาวสวย	[สาว-สวย]	美女
สมควร	[สม-ควน]	應該
สวนยาง	[สวน-ยาง]	橡膠種植園
สวนทาง	[สวน-ทาง]	迎面相遇而過
ส่วนตัว	[ส่วน-ตัว]	私人的
ส่วนน้อย	[ส่วน-น้อย]	少數
ส่วนรวม	[ส่วน-รวม]	群體：公眾
สวยงาม	[สวย-งาม]	美麗
สองเท่า	[สอง-เท่า]	兩倍
สองพี่น้อง	[สอง-พี่-น้อง]	（兄、弟、姐、妹）倆
สองหัว	[สอง-หัว]	兩邊討好者；牆頭草
เสี่ยงภัย	[เสี่ยง-ไพ]	冒險
เสื่อมค่า	[เสื่อม-ค่า]	貶值
แสงดาว	[แสง-ดาว]	星光
แสงไฟ	[แสง-ไฟ]	火光
แสนรู้	[แสน-รู้]	機靈的
ห้องแต่งตัว	[ห้อง-แต่ง-ตัว]	更衣室
ห้องทำงาน	[ห้อง-ทำ-งาน]	辦公室
ห้องนอน	[ห้อง-นอน]	寢室
ห้องน้ำ	[ห้อง-น้ำ]	廁所
ห้องเรียน	[ห้อง-เรียน]	教室
ห้องอาหาร	[ห้อง-อา-หาน]	餐廳

เห็นแก่ตัว	[เห็น-แก่-ตัว]	自私
เห็นใจ	[เห็น-ใจ]	同情；體諒
แห้งแล้ง	[แห้ง-แล้ง]	乾旱
อ่อนช้อย	[อ่อน-ช้อย]	柔美
อ่อนแอ	[อ่อน-แอ]	虛弱
ออมสิน	[ออม-สิน]	儲蓄
อวยพร	[อวย-พอน]	祝福

四 朗讀並抄寫下列句子。　　　　　　　　　　　🔊 053

1. ถ้าจะไปชิงไห่ต้องไปจองตั๋วรถไฟไว้ก่อน
2. พ่อแม่พากันไปทวงทองคำที่จำนองไว้กับลุง
3. ไปถึงทางรถไฟแล้วเลี้ยวซ้ายไปทางซอยทุ่งนา
4. ซื้อมะม่วงที่แม่ค้าส่งมาจากเมืองไทยกินได้สามมื้อ
5. อ่านให้เก่งและอาบน้ำก่อนจึงจะได้เล่นเกม
6. ต้นแตงต้นโตโตเอามาต้มให้เป็นสีแดงแล้วนำมาดื่ม
7. พ่อสั่งให้ส่งส้มจากสวนไปสู่บางแสนสามสี่ลัง
8. คนรวยตั้งร้อยคนมาร่วมร้องรำอยู่ริมบึง

泰語濁尾音（1）

一 泰語濁尾音

泰語濁尾音是指以塞音 บ [-p]（แม่ กบ）、ด [-t]（แม่ กด）、ก [-k]（แม่ กก）收尾的韻母。與尾音[-p]、[-t]、[-k] 起相同濁尾音作用的泰語子音字母除 บ、ด、ก 外，還有其他的子音字母，列表如下：

子音字母	
ก〔-k〕	ข ค ฆ
ด〔-t〕	จ ช ซ ฎ ฏ ฐ ฑ ฒ ต ถ ท ธ ศ ษ ส
บ〔-p〕	ป พ ฟ ภ

注：1.同屬於尾音 [-k] 性質的子音字母都為舌根塞音。

　　2.同屬於尾音 [-t] 性質的子音字母都為舌尖、舌面塞音或是舌尖擦音。

　　3.同屬於尾音 [-p] 性質的子音字母都為雙唇塞音或是唇齒擦音。

本課講泰語單母音 [a]、[ā]；[i]、[ī]；[œ]、[œ̄]；[u]、[ū] 與尾音 [-p]、[-t]、[-k] 相結合的濁尾音。

🔊 054

泰語濁尾音表（1）		
母音 ＼ 尾音	ก [-k]	ด [-t]	บ [-p]
อะ〔a〕	อัก	อัด	อับ

尾音 母音	**ก** [-k]	**ด** [-t]	**บ** [-p]
อา〔ā〕	อาก	อาด	อาบ
อิ〔i〕	อิก	อิด	อิบ
อี〔ī〕	อีก	อีด	อีบ
อึ〔œ〕	อึก	อึด	อึบ
อื〔œ̄〕	อืก*	อืด	อืบ
อุ〔u〕	อุก	อุด	อุบ
อู〔ū〕	อูก	อูด	อูบ

注：泰語裏不出現帶*號韻母所拼寫的詞，此表列出僅供拼讀練習。

二　濁尾音發音要領

1 ก [-k] 舌根塞音韻尾。發音時舌根抵住軟齶，軟齶後部上升形成阻礙堵住氣流通路，沒有爆發式的除阻過程。國語中沒有與此相類似的發音。

2 ด [-t] 舌尖塞音韻尾。發音時舌尖抵住上齒齦，軟齶上升形成阻礙堵住氣流通路，沒有爆發式的除阻過程。國語中沒有與此相類似的發音。

3 บ [-p] 雙唇塞音韻尾。發音時雙唇閉合形成阻礙，堵住氣流通路，沒有爆發式的除阻過程。國語中沒有與此相類似的發音。

三　泰語濁尾音音節拼讀規則

🔊 055

1 中子音、高子音與濁尾音相拼，無論母音的短、長，一般都只能出現 1 個聲調，即第一調。如：

  กัด กาด　　　ตัก ตาก
  ขัด ขาด　　　สด โสด

2 低子音與短母音濁尾音相拼為第三調；與長母音濁尾音相拼為第二調。
如：

รัก　　　　ยึด　ลับ　　　วัด

ราก　ยืด　ลาบ　วาด

3 泰語濁尾音音節的拼讀方式可按中文拼音的方式進行（括弧裏的拼讀方式為泰語習慣的拼讀方式）。如：

กัด　：ก＋ ั ด ＝ กัด　　（ก＋ะ＋ด ＝ กัด）

gat ˇ　：g ＋ at　　＝　　gat ˇ

ขาด：ข＋าด ＝ ขาด　　（ข＋า＋ด ＝ ขาด）

kāt ˇ　：k ＋ āt　　＝　　kāt ˇ

ลับ：ล＋ ั บ ＝ ลับ　　（ล＋ะ＋บ ＝ ลับ）

lap~：l ＋ ap ＝ lap~

ลาบ：ล＋าบ ＝ ลาบ　　（ล＋า＋บ ＝ ลาบ）

lāp ﹨　：l ＋ āp　　＝　　lāp ﹨

1. **分辨中子音 ต** [d] **和 ด** [dh]

ตัด — ดัด   ตับ — ดับ

ตาบ — ดาบ   ตูด — ดูด

2. **分辨中子音 ป** [b] **和 บ** [bh]

ปัด — บัด   ปาด — บาด

ปาก — บาก   ปิด — บิด

3. **分辨低子音 น** [n]、**ล** [l] **和 ร** [r]

นัก — ลัก — รัก   นัด — ลัด — รัด

นาด — ลาด — ราด   นาบ — ลาบ — ราบ

4. **分辨長母音和短母音。**

กัด — กาด   ดับ — ดาบ   ตัก — ตาก

ถัก — ถาก   ขับ — ขาบ   หัด — หาด

ลัด — ลาด   รับ — ราบ   ลุก — ลูก

5. **分辨濁尾音** [-p]、[-t]、[-k] **的音節。**

กัก — กัด   กีด — กีบ   ตัก — ตัด

ปัก — ปัด   อัด — อับ   ขุก — ขุด

ขัด — ขับ   ถาก — ถาด   สัก — สับ

สาก — สาด   สุก — สุด   หัก — หัด

งัด — งับ	ชัก — ชัด	ซัก — ซับ
ซีก — ซีด	ทุก — ทุบ	พัก — พัด
ฟัก — ฟัด	ภาค — ภาพ	มัก — มัด
มุก — มุด		

二 拼讀並抄寫下列單詞。

【一】 🔊 057 0:00

กัก	[gak ˇ]	扣押；隔離
กัด	[gat ˇ]	咬、叮
กับ	[gap ˇ]	與、同、和
กาด	[gāt ˇ]	泛指白菜蘿蔔之類的蔬菜
กิจ	[git ˇ]	事務
กีด	[gīt ˇ]	妨礙、阻礙
กีบ	[gīp ˇ]	（牛、馬的）蹄
ขัด	[kat ˇ]	違抗；擦得光滑
ขับ	[kap ˇ]	駕（車）
ขาด	[kāt ˇ]	缺乏
ขีด	[kīt ˇ]	勾劃；界限
ขุด	[kut ˇ]	挖；提起
ขูด	[kūt ˇ]	刨；搜刮
คัด	[kat~]	挑選；抄寫
คับ	[kap~]	緊身；狹小
คาด	[kāt ˋ]	預計；揣測

คาบ	[kāp ˋ]	叼；銜接
คิด	[kit~]	思考；打算
คุก	[kuk~]	監獄
งัด	[ngat~]	撬

【二】　　　　　　　　　　　　　　🔊 057 0:40

งับ	[ngap~]	關、合；咬
งีบ	[ngīp ˋ]	打盹
จักร	[jak ˇ]	縫紉機；機械
จัด	[jat ˇ]	處理；舉行
จับ	[jap ˇ]	捕捉、抓捕
จาก	[jāk ˇ]	分別、離別；從…
จิต	[jit ˇ]	心理
จิตร	[jit ˇ]	美麗；奇異
จิบ	[jip ˇ]	飲；呷
จีบ	[jīp ˇ]	追求（男或女方）
จืด	[jœ̄t ˇ]	清淡；平淡
จุด	[jut ˇ]	點
ฉาก	[chāk ˇ]	帷幕；背景
ฉีก	[chīk ˇ]	撕開
ฉีด	[chīt ˇ]	注入、注射
ฉุก	[chuk ˇ]	忽然、突然

ฉุด	[chut ˇ]	拉、拖
ชัก	[chak~]	拉；引誘
ชัด	[chat~]	清楚；準確
ชาติ	[chāt ˋ]	民族；國家
ชิด	[chit~]	緊挨、靠緊
ชุก	[chuk~]	眾多、繁多
ชุด	[chut~]	成套的
ชุบ	[chup~]	浸；鍍

【三】　　　　　　　　　　　　　　　　🔊 057 1:30

ซัก	[sak~]	洗滌（衣）
ซับ	[sap~]	吸水；滲透
ซาก	[sāk ˋ]	屍體；廢墟
ซาบ	[sāp ˋ]	滲透
ซีก	[sīk ˋ]	（竹）片；半球體
ซีด	[sīt ˋ]	蒼白
ซุป	[sup~]	湯；肉湯
ดัด	[dhat ˇ]	改正（品行）；弄（彎、直）
ดับ	[dhap ˇ]	熄滅；解除
ดาบ	[dhāp ˇ]	劍
ดิบ	[dhip ˇ]	生的
ดีด	[dhīt ˇ]	彈出；打（字）

ดึก	[dhœk ˇ]	深夜
ดูด	[dhūt ˇ]	吸、吮；吸引
ตัก	[dak ˇ]	膝上；舀
ตัด	[dat ˇ]	剪；斷絕
ตับ	[dap ˇ]	肝
ตาก	[dāk ˇ]	晾；曬
ติด	[dit ˇ]	安裝；傳染；黏貼
ถัก	[tak ˇ]	編織
ถัด	[tat ˇ]	其次；接下去
ถาด	[tāt ˇ]	托盤
ถีบ	[tīp ˇ]	蹬
ถูก	[tūk ˇ]	正確；便宜

【四】　　　　　　　　　　　　　🔊 057 2:19

ทัก	[tak~]	打招呼
ทับ	[tap~]	壓；疊
ทาส	[tāt ˋ]	奴隸
ทิศ	[tit~]	方向
ทึบ	[tœp~]	密實；遲鈍
ทุก	[tuk~]	每；全
ทุบ	[tup~]	敲打
ทูต	[tūt ˋ]	使節

ธาตุ	[tāt ˋ]	物質
ธูป	[tūp ˋ]	香（燭）
นัก	[nak~]	（詞首）者；人
นัด	[nat~]	約定
นับ	[nap~]	計算
นิด	[nit~]	稍
นึก	[nœk~]	思考、考慮
บัตร	[bhat ˇ]	卡片
บาด	[bhāt ˇ]	割傷
บาท	[bhāt ˇ]	足；根基；泰銖
บาป	[bhāp ˇ]	罪孽
บุก	[bhuk ˇ]	闖入，攻進
บุตร	[bhut ˇ]	子女
บูด	[bhūt ˇ]	餿
ปัก	[bak ˇ]	插；刺繡
ปัด	[bat ˇ]	撣去；清除
ปาก	[bāk ˇ]	口、嘴
ปิด	[bit ˇ]	關閉；結束

【五】　　　　　　　　　　　　　🔊 057 3:09

ปีก	[bīk ˇ]	翅膀
ผัก	[pak ˇ]	蔬菜

ผัด	[pat ˇ]	炒
ผิด	[pit ˇ]	錯誤
ผุด	[put ˇ]	露出、出現
ผูก	[pūk ˇ]	束；結交
ฝาก	[fāk ˇ]	委託
ฝึก	[fœk ˇ]	練習
พัก	[pak~]	休息
พัด	[pat~]	扇子；搧（扇子）；刮（風）
พับ	[pap~]	折、疊
พูด	[pūt ˋ]	談話
ฟัก	[fak~]	孵化；冬瓜
ฟาก	[fāk ˋ]	岸、邊
ฟุต	[fut~]	英呎
ภาค	[pāk ˋ]	部分
ภาพ	[pāp ˋ]	圖畫、景象
มัก	[mak~]	喜歡；往往
มัด	[mat~]	捆、綁
มาก	[māk ˋ]	眾多
มิตร	[mit~]	朋友
มีด	[mīt ˋ]	刀
มืด	[mœ̄t ˋ]	黑暗
มุข	[muk~]	首領

ยัด	[yat~]	填、塞
ยาก	[yāk丶]	困難
ยึด	[yœt~]	佔領
ยืด	[yœ̄t丶]	拉長；延伸
ยุค	[yuk~]	時代
รัก	[rak~]	愛慕

【六】　　　　　　　　　　　　　　📢 057 4:04

รัด	[rat~]	勒緊
รับ	[rap~]	接受
ราก	[rāk丶]	（樹）根；根基
ราด	[rāt丶]	灑；鋪築
ราบ	[rāp丶]	平坦
รีด	[rīt丶]	燙（衣服）
รีบ	[rīp丶]	趕快
รุก	[ruk~]	侵入
รูป	[rūp丶]	圖片、照片
ลัก	[lak~]	偷盜；私下
ลับ	[lap~]	秘密的
ลาก	[lāk丶]	拉、牽引
ลาด	[lāt丶]	鋪築；斜坡形的
ลึก	[lœk~]	深的

ลุก	[luk~]	起立
ลูก	[lūk丶]	子女
ลูบ	[lūp丶]	撫摸
วัด	[wat~]	寺廟；量（尺寸）
สับ	[sap˅]	剁、切
สาบ	[sāp˅]	臊味
สิบ	[sip˅]	（數詞）十
สืบ	[sœ̄p˅]	繼承
สุข	[suk˅]	幸福
สุด	[sut˅]	完；盡
สูด	[sūt˅]	吸入
หัก	[hak˅]	折斷
หัด	[hat˅]	練習
หีบ	[hīp˅]	箱子
หุบ	[hup˅]	山谷
อัด	[at˅]	壓縮
อับ	[ap˅]	不透氣
อาจ	[āt˅]	也許
อาบ	[āp˅]	浴
อีก	[īk˅]	又、再
อืด	[œ̄t˅]	忍耐
อุด	[ut˅]	塞住

三 朗讀、抄寫下列辭彙，並借助詞典瞭解其含義。

【一】

058 0:00

กักตัว	[กัก-ตัว]	扣留
กัดกัน	[กัด-กัน]	互咬；打架
กัดฟัน	[กัด-ฟัน]	咬牙
กับข้าว	[กับ-ข้าว]	菜餚
กิจการ	[กิด-จะ-กาน]	事務
กีดกัน	[กีด-กัน]	排擠
ขัดข้อง	[ขัด-ข้อง]	出故障
ขัดขืน	[ขัด-ขืน]	違抗
ขัดคอ	[ขัด-คอ]	頂嘴；作對
ขัดใจ	[ขัด-ใจ]	得罪
ขัดตา	[ขัด-ตา]	礙眼
ขัดหู	[ขัด-หู]	逆耳
ขับขี่	[ขับ-ขี่]	駕駛
ขับไล่	[ขับ-ไล่]	驅逐
ขาดกัน	[ขาด-กัน]	絕交
ขาดอาหาร	[ขาด-อา-หาน]	缺乏食物
ขุดดิน	[ขุด-ดิน]	挖泥
ขูดรีด	[ขูด-รีด]	剝削
คัดค้าน	[คัด-ค้าน]	反對

คัดเลือก	[คัด-เลือก]	挑選
คับขัน	[คับ-ขัน]	緊急
คับแค้น	[คับ-แค้น]	窘迫；貧困
คาดว่า	[คาด-ว่า]	估計
คิดค้น	[คิด-ค้น]	探究
คิดดู	[คิด-ดู]	想想看
คิดถึง	[คิด-ถึง]	想念
คิดว่า	[คิด-ว่า]	認為
คึกคัก	[คึก-คัก]	熱鬧；有活力朝氣
คืบหน้า	[คืบ-หน้า]	進展
คุกเข่า	[คุก-เข่า]	下跪
คุกคาม	[คุก-คาม]	威脅
จักสาน	[จัก-สาน]	編織

【二】　🔊 058 1:22

จัดการ	[จัด-การ]	處理
จัดตั้ง	[จัด-ตั้ง]	設立
จัดสรร	[จัด-สัน]	分配
จับกุม	[จับ-กุม]	逮捕
จับคู่	[จับ-คู่]	配對
จับจ่าย	[จับ-จ่าย]	支付；花錢
จับใจ	[จับ-ใจ]	動人

จับตัว	[จับ-ตัว]	逮捕
จับตา	[จับ-ตา]	注視
จับมือ	[จับ-มือ]	握手
จิตใจ	[จิต-ใจ]	精神、心靈
จิตสำนึก	[จิต-สำ-นึก]	意識
จิตวิทยา	[จิต-วิด-ทะ-ยา]	心理學
จืดจาง	[จืด-จาง]	冷淡
จุดไฟ	[จุด-ไฟ]	點火
จุดยืน	[จุด-ยืน]	立足點
ฉากหลัง	[ฉาก-หลัง]	背景
ฉาบฉวย	[ฉาบ-ฉวย]	急取、敷衍
ฉีดยา	[ฉีด-ยา]	打針
ฉุกเฉิน	[ฉุก-เฉิน]	緊急
ฉุนเฉียว	[ฉุน-เฉียว]	暴躁
ฉูดฉาด	[ฉูด-ฉาด]	鮮艷的
ชักจูง	[ชัก-จูง]	引導
ชักชวน	[ชัก-ชวน]	說服
ชัดเจน	[ชัด-เจน]	清楚
ชุกชุม	[ชุก-ชุม]	繁多的
ชุบทอง	[ชุบ-ทอง]	鍍金
ซักซ้อม	[ซัก-ซ้อม]	反覆練習或彩排
ซักถาม	[ซัก-ถาม]	究問

ซับซ้อน	[ซับ-ซ้อน]	重疊；複雜的
ซาบซึ้ง	[ซาบ-ซึ้ง]	深刻、感人
ซุบซิบ	[ซุบ-ซิบ]	交頭接耳

【三】 🔊 058 2:42

ดับไฟ	[ดับ-ไฟ]	熄燈；滅火
ดัดนิสัย	[ดัด-นิ-สัย]	改正品行
ดัดสันดาน	[ดัด-สัน-ดาน]	感化
ดึงดูด	[ดึง-ดูด]	吸引
ตักตวง	[ตัก-ตวง]	獲取、攫取
ตักน้ำ	[ตัก-น้ำ]	打水
ตักบาตร	[ตัก-บาด]	以食物供僧
ตัดขาด	[ตัด-ขาด]	切斷
ตัดสิน	[ตัด-สิน]	判決
ตัดสินใจ	[ตัด-สิน-ใจ]	下定決心
ตัดหน้า	[ตัด-หน้า]	搶先
ตากแดด	[ตาก-แดด]	曬太陽
ตากฝน	[ตาก-ฝน]	淋雨
ตากอากาศ	[ตาก-อา-กาด]	避暑
ติดขัด	[ติด-ขัด]	阻塞
ติดใจ	[ติด-ใจ]	入迷；疑惑
ติดตา	[ติด-ตา]	歷歷在目

ติดต่อ	[ติด-ต่อ]	聯繫
ติดตั้ง	[ติด-ตั้ง]	安裝
ติดตัว	[ติด-ตัว]	隨身帶
ติดตาม	[ติด-ตาม]	跟隨
ติดปาก	[ติด-ปาก]	口頭禪
ติดยา	[ติด-ยา]	毒品上癮
ถากถาง	[ถาก-ถาง]	諷刺；鏟除
ถูกกัน	[ถูก-กัน]	合得來
ถูกคอ	[ถูก-คอ]	意氣相投
ถูกใจ	[ถูก-ใจ]	合心意
ถูกปาก	[ถูก-ปาก]	合口味
ทักทาย	[ทัก-ทาย]	打招呼
ทัดทาน	[ทัด-ทาน]	勸阻
ทัดเทียม	[ทัด-เทียม]	相等
ทับถม	[ทับ-ถม]	堆積
ทัศนคติ	[ทัด-สะ-นะ-คะ-ติ]	觀點、看法
ทัศนียภาพ	[ทัด-สะ-นี-ยะ-พาบ]	風景
ทิศใต้	[ทิด-ใต้]	南方
ทิศเหนือ	[ทิด-เหนือ]	北方
ทุกคน	[ทุก-คน]	每個人
ทุกครั้ง	[ทุก-ครั้ง]	每次
ทุกวัน	[ทุก-วัน]	每天

ทุบตี	[ทุบ-ตี]	毆打

【四】　🔊 058 4:28

ธูปเทียน	[ทูป-เทียน]	香燭
นักข่าว	[นัก-ข่าว]	記者
นักเขียน	[นัก-เขียน]	作家
นักเรียน	[นัก-เรียน]	學生
นักบิน	[นัก-บิน]	飛行員
นักเลง	[นัก-เลง]	流氓
นักศึกษา	[นัก-สึก-สา]	大學生
นับถือ	[นับ-ถือ]	敬仰
นับว่า	[นับ-ว่า]	算是
นิดเดียว	[นิด-เดียว]	一點點
นึกคิด	[นึก-คิด]	思考
นึกถึง	[นึก-ถึง]	想到
บัดนี้	[บัด-นี้]	現在
บัตรเชิญ	[บัด-เชิน]	請柬
บาดใจ	[บาด-ใจ]	刺痛人心
บาดแผล	[บาด-แผล]	傷口
บีบบังคับ	[บีบ-บัง-คับ]	強迫
บึกบึน	[บึก-บึน]	強健
บุกรุก	[บุก-รุก]	擅自闖入

ปัจจัย	[ปัด-จัย]	因素
ปัจจุบัน	[ปัด-จุอบัน]	目前
ปัดเป่า	[ปัด-เป่า]	消除
ปากกา	[ปาก-กา]	筆
ปิดกั้น	[ปิด-กั้น]	封鎖
ปิดฉาก	[ปิด-ฉาก]	閉幕
ปิดบัง	[ปิด-บัง]	遮掩；隱瞞
ปิดปาก	[ปิด-ปาก]	閉嘴
ปิดไฟ	[ปิด-ไฟ]	關燈
ปึกแผ่น	[ปึก-แผ่น]	穩固的
ผัดผ่อน	[ผัด-ผ่อน]	延期；通融
ผิดหวัง	[ผิด-หวัง]	失望
ผูกขาด	[ผูก-ขาด]	壟斷
ผูกใจ	[ผูก-ใจ]	籠絡人心
ผูกมัด	[ผูก-มัด]	束縛
ฝักใฝ่	[ฝัก-ใฝ่]	關注
ฝากเงิน	[ฝาก-เงิน]	存款
ฝึกซ้อม	[ฝึก-ซ้อม]	訓練
ฝึกฝน	[ฝึก-ฝน]	鍛鍊
ฝึกหัด	[ฝึก-หัด]	練習
พักผ่อน	[พัก-ผ่อน]	休息

【五】

พักเที่ยง	[พัก-เที่ยง]	午休
พักฟื้น	[พัก-ฟื้น]	休養
พักร้อน	[พัก-ร้อน]	渡假
พัดลม	[พัด-ลม]	電扇
พัฒนา	[พัด-ทะ-นา]	發展；發達
พูดจา	[พูด-จา]	說話
พูดเล่น	[พูด-เล่น]	開玩笑；戲言
ฟักไข่	[ฟัก-ไข่]	孵卵
ฟักทอง	[ฟัก-ทอง]	南瓜
ฟากฟ้า	[ฟาก-ฟ้า]	天邊
ฟื้นตัว	[ฟื้น-ตัว]	甦醒
ฟูมฟัก	[ฟูม-ฟัก]	撫養
ภาคภูมิ	[พาก-พูม]	自豪
ภาคเรียน	[พาก-เรียน]	學期
ภาพเขียน	[พาบ-เขียน]	圖畫
ภาพถ่าย	[พาบ-ถ่าย]	照片
ภาพลวงตา	[พาบ-ลวง-ตา]	幻影
มากมาย	[มาก-มาย]	很多
มิดชิด	[มิด-ชิด]	十分嚴密
มืดค่ำ	[มืด-ค่ำ]	夜晚
มืดมน	[มืด-มน]	黑暗

มุกดา	[มุก-ดา]	珍珠
ยับยั้ง	[ยับ-ยั้ง]	阻止
ยากแค้น	[ยาก-แค้น]	貧困
ยากจน	[ยาก-จน]	貧窮
ยึดครอง	[ยึด-ครอง]	佔領
ยึดตัว	[ยึด-ตัว]	扣押
ยึดถือ	[ยึด-ถือ]	堅守；墨守
ยึดยาว	[ยึด-ยาว]	（講話、文章）冗長
ยืดเยื้อ	[ยืด-เยื้อ]	拖延
ยืดเวลา	[ยืด-เว-ลา]	拖延時間；延期
ยืดหยุ่น	[ยืด-หยุ่น]	可伸縮的
รับจ้าง	[รับ-จ้าง]	受雇
รับใช้	[รับ-ใช้]	服侍
รับปาก	[รับ-ปาก]	答應
รับรอง	[รับ-รอง]	招待；保證
รับรู้	[รับ-รู้]	得知
รับส่ง	[รับ-ส่ง]	接送
รากฐาน	[ราก-ถาน]	根基
ราชการ	[ราด-ชะ-กาน]	公務
ราบรื่น	[ราบ-รื่น]	順利
รีดไถ	[รีด-ไถ]	榨取
รีบด่วน	[รีบ-ด่วน]	緊迫

รีบร้อน	[รีบ-ร้อน]	匆忙
รุกราน	[รุก-ราน]	侵略
รูปเขียน	[รูป-เขียน]	畫像
รูปถ่าย	[รูป-ถ่าย]	照片
รูปภาพ	[รูป-พาบ]	圖畫
รูปปั้น	[รูป-ปั้น]	塑像
รูปร่าง	[รูป-ร่าง]	形體
ลักยิ้ม	[ลัก-ยิ้ม]	酒窩
ลักพา	[ลัก-พา]	綁票

【六】 🔊 058 8:25

ลากจูง	[ลาก-จูง]	牽引
ลาภปาก	[ลาบ-ปาก]	口福
ลึกลับ	[ลึก-ลับ]	神秘
ลุกลาม	[ลุก-ลาม]	蔓延
ลูกจ้าง	[ลูก-จ้าง]	雇員
ลูกเต้า	[ลูก-เต้า]	子女
ลูกโป่ง	[ลูก-โป่ง]	氣球
วัดวาอาราม	[วัด-วา-อา-ราม]	寺廟
วัตถุ	[วัด-ถุ]	物質
วัตถุดิบ	[วัด-ถุ-ดิบ]	原料
วัตถุนิยม	[วัด-ถุ-นิ-ยม]	唯物主義

วิทยา	[วิด-ทะ-ยา]	學識
วิทยุ	[วิด-ทะ-ยุ]	收音機
ศาสนา	[สาด-สะ-หนา]	宗教
สับสน	[สับ-สน]	搞混
สิทธิ	[สิด-ทิ]	權利
สืบสวน	[สืบ-สวน]	偵查
สุขใจ	[สุก-ใจ]	心情快樂
สุขภาพ	[สุก-ขะ-พาบ]	健康；健康狀況
สุดท้าย	[สุด-ท้าย]	最後
สุดยอด	[สุด-ยอด]	頂尖的
หุบเขา	[หุบ-เขา]	山谷
หุบปาก	[หุบ-ปาก]	閉嘴
อัตนัย	[อัด-ตะ-ไน]	申論題
อัตโนมัติ	[อัด-ตะ-โน-มัด]	自動化
อัตภาพ	[อัด-ตะ-พาบ]	本身的情況
อัตรา	[อัด-ตรา]	比率
อับเฉา	[อับ-เฉา]	枯萎
อับอาย	[อับ-อาย]	害臊
อาบน้ำ	[อาบ-น้ำ]	洗澡
อึดอัด	[อึด-อัด]	壓抑；壓迫
ฮึกหาญ	[ฮึก-หาน]	勇猛

四　**朗讀並抄寫下列句子。**　🔊 059

1. ฉันต้องการรู้จักคนจีนคนนั้นจัง
2. ฉันเรียนภาษาไทยที่ประเทศจีน
3. คนไทยนับถือศาสนาพุทธ
4. ปีนี้ฉันอายุยี่สิบสามปีแล้ว
5. เมื่อวานโดนสุนัขกัด วันนี้ต้องไปฉีดยา
6. สองข้างทางมีสินค้ามาวางขายมากมาย
7. เก็บผ้าเข้ามาแล้วพับผ้าเก็บไว้ในตู้ให้ดีดี
8. ฉันรู้คำศัพท์หลายคำแล้วแต่เรียงเป็นประโยคไม่ค่อยถูก
9. ฉันยังพูดเสียงตัวสะกดแม่ กก กด กบ ไม่ชัด ต้องฝึกฝนเสียงนี้
   กับอาจารย์ให้มากมาก

泰語濁尾音（2）

本課講泰語單母音[e]、[ē]；[ɛ]、[ɛ̄]；[o]、[ō]；[ɔ]；[ɜ̄]及雙母音[īa]、[œ̄a]、[ūa]與尾音 [-p]、[-t]、[-k] 相結合的濁尾音。

🔊 060

尾音 母音	ก [-k]	ด [-t]	บ [-p]
เอะ 〔e〕	เอ็ก	เอ็ด	เอ็บ
เอ 〔ē〕	เอก	เอด	เอบ
แอะ 〔ɛ〕	แอ็ก*	แอ็ด*	แอ็บ*
แอ 〔ɛ̄〕	แอก	แอด	แอบ
โอะ 〔o〕	อก	อด	อบ
โอ 〔ō〕	โอก	โอด	โอบ
ออ 〔ɔ〕	ออก	ออด	ออบ
เออ 〔ɜ̄〕	เอิก	เอิด	เอิบ
เอีย 〔īa〕	เอียก	เอียด	เอียบ
เอือ 〔œ̄a〕	เอือก	เอือด	เอือบ
อัว 〔ūa〕	อวก	อวด	อวบ

泰語濁尾音表（2）

注：帶＊號的韻母一般用於拼寫英語借詞和象聲詞。

練習

一、朗讀下列音節。　　　　　　　　　　　　　　　　🔊 061 0:00

1. **分辨中子音 ต** [d] **和 ด** [dh]

   แตก — แดก　　　　　　ตอก — ดอก

   ตก — ดก　　　　　　　ตอด — ดอด

2. **分辨中子音 ป** [b] **和 บ** [bh]　　　　　　🔊 061 0:17

   ปก — บก　　　　　　　ปด — บด

   ปวด — บวช　　　　　　ปอด — บอด

3. **分辨低子音 น** [n]、**ล** [l] **和 ร** [r]　　　🔊 061 0:34

   นก — ลก — รก　　　　นวด — ลวด — รวด

   นอก — ลอก — รอก　　นอบ — ลอบ — รอบ

4. **分辨短母音 โอะ** [o] **與長母音 โอ** [ō]　　🔊 061 0:58

   ขด — โขด　　　ทด — โทษ　　　จด — โจษ

   ชก — โชค　　　บก — โบก　　　สด — โสด

   หด — โหด　　　หก — โหก　　　อบ — โอบ

5. **分辨短母音 อุ** [u] **與 โอะ** [o]　　　　🔊 061 1:29

   กุด — กด　　　ขุด — ขด　　　คุด — คด

   ชุก — ชก　　　ทุบ — ทบ　　　พุก — พก

   มุด — มด　　　ยุค — ยก　　　อุบ — อบ

6. 分辨長母音 โอ [ō] 與 ออ [ɔ]　　🔊 061 1:59

โกฐ — กอด	โขด — ขอด	โคก — คอก
โซก — ซอก	โตก — ตอก	โทษ — ทอด
โบก — บอก	โพก — พอก	โลก — ลอก
โศก — ศอก	โสด — สอด	โรค — รอก

7. 分辨長母音 ออ [ɔ] 與 อัว [ūa]　　🔊 061 2:41

กอด — กวด	ขอบ — ขวบ	จอก — จวก
ทอด — ทวด	บอก — บวก	บอด — บวช
ปอด — ปวด	พอก — พวก	ยอด — ยวด
รอบ — รวบ	สอด — สวด	ลอก — ลวก

8. 分辨濁尾音尾 [-p]、[-t]、[-k] 的音節。　　🔊 061 3:23

กด — กบ	คด — คบ	ขวด — ขวบ
ตก — ตบ	บก — บด	ยก — ยศ
ชก — ชด	อก — อด	จอก — จอด
ถอก — ถอด	ฟอก — ฟอด	ยอด — ยอบ
ปอก — ปอด	รอด — รอบ	ลอก — ลอด
บวก — บวช	รวด — รวบ	ลวก — ลวด
อวด — อวบ	เจ็ด — เจ็บ	เช็ค — เช็ด
เล็ก — เล็บ	เด็ก — เด็ด	แดก — แดด
แยก — แยบ	แรก — แรด	แผก — แผด
แสก — แสด	เบียก — เบียด	เรียก — เรียบ

เสียด — เสียบ　　เชือก — เชือด　　เผือก — เผือด
เลือก — เลือด　　เลิก — เลิศ　　โลก — โลด

二 拼讀並抄寫下列單詞。

【一】　　　　　　　　　　　　　　　　　🔊 062 0:00

กด	[got ˇ]	按、壓
กบ	[gop ˇ]	蛙、田雞
กวด	[gūat ˇ]	緊追
กอด	[gɔ̄t ˇ]	擁抱
กอบ	[gɔ̄p ˇ]	捧；充足
เก็บ	[gep ˇ]	收拾
เกิด	[gə̄t ˇ]	生、出生
เกือก	[gœ̄ak ˇ]	鞋
เกือบ	[gœ̄ap ˇ]	幾乎、將近
ขวด	[kūat ˇ]	瓶子
ขวบ	[kūap ˇ]	歲
ขอบ	[kɔ̄p ˇ]	邊緣
เขต	[kēt ˇ]	區域
แขก	[kɛ̄k ˇ]	客人；泛指穆斯林或印度裔
คบ	[kop~]	結交、交往
คอก	[kɔ̄k ˋ]	圈；監牢
แคบ	[kɛ̄p ˋ]	狹窄

งด	[ngot~]	暫停、中止、取消
งบ	[ngop~]	預算、撥款
งอก	[ngɔ̄k﹨]	萌芽
เงียบ	[ngīap﹨]	安靜
เงือก	[ngɯ̄ak﹨]	人魚

【二】　　　　　　　　　　　　　　　🔊 062 0:42

จด	[jot˅]	登記、記錄
จบ	[jop˅]	終止、結束
จอด	[jɔ̄t˅]	停泊
เจ็ด	[jet˅]	（數詞）七
เจ็บ	[jep˅]	疼痛
แจก	[jɛ̄k˅]	分發
เฉียด	[chīat˅]	擦過
ชก	[chok~]	（用拳）擊、打
ชอบ	[chɔ̄p﹨]	喜歡
เช็ค	[chek~]	檢查
เช็ด	[chet~]	擦拭
ชิด	[chɯ̄t﹨]	舉起
เชือก	[chɯ̄ak﹨]	繩、索
เชือด	[chɯ̄at﹨]	割、切
โชค	[chōk﹨]	運氣

แซบ	[sɛ̄p ˋ]	（方言）可口
ดอก	[dhɔ̄k ˇ]	花朵
เด็ก	[dhek ˇ]	孩子
เดือด	[dhœ̄at ˇ]	（水）沸
แดด	[dhɛ̄t ˇ]	陽光
โดด	[dhōt ˇ]	跳
ตก	[dok ˇ]	漏；墜落
ตบ	[dop ˇ]	拍、打
ตอบ	[dɔ̄p ˇ]	回答
แตก	[dɛ̄k ˇ]	破裂
เติบ	[də̄p ˇ]	大的；長大

【三】　　　　　　　　　　　　　　　　🔊 062 1:31

ถอด	[tɔ̄t ˇ]	脫、解；撤職
แถบ	[tɛ̄p ˇ]	地帶、地區
ทวด	[tūat ˋ]	曾祖父母
ทอด	[tɔ̄t ˋ]	油炸
เทพ	[tēp ˋ]	天神
เทียบ	[tīap ˋ]	比較
เทือก	[tœ̄ak ˋ]	行、列
โทษ	[tōt ˋ]	怪罪
นก	[nok ~]	鳥

นวด	[nūat ˋ]	按摩
นอก	[nɔ̄k ˋ]	外；外面的
โน้ต	[nōt~]	筆記
บก	[bhok ˇ]	陸地、旱地
บท	[bhot ˇ]	內容；臺詞
บวก	[bhūak ˇ]	加、添加
บวช	[bhūat ˇ]	出家
บวบ	[bhūap ˇ]	絲瓜
บอก	[bhɔ̄k ˇ]	告訴
บอด	[bhɔ̄t ˇ]	瞎、盲
เบิก	[bhɔ̄k ˇ]	領取、提取
เบียด	[bhīat ˇ]	擁擠
แบก	[bhɛ̄k ˇ]	背負、肩負
แบบ	[bhɛ̄p ˇ]	式樣
ปก	[bok ˇ]	封面、封皮

【四】　　　　　　　　　　　　　　　🔊 062 2:18

ปวด	[būat ˇ]	疼痛
ปอก	[bɔ̄k ˇ]	剝
ปอด	[bɔ̄t ˇ]	肺
เป็ด	[bet ˇ]	鴨子
เปิด	[bɔ̄t ˇ]	開、打開

เปียก	[bīak ˇ]	濕、淋濕
แปด	[bɛ̄t ˇ]	（數詞）八
เผ็ด	[pet ˇ]	辛辣
เผือก	[pœ̄ak ˇ]	芋頭
แฝด	[fɛ̄t ˇ]	雙胞胎
พก	[pok~]	（隨身）攜帶
พบ	[pop~]	會見、見面；遇到、碰到
พวก	[pūak ˋ]	幫；種類
โพก	[pōk ˋ]	纏（頭巾）
ฟอก	[fɔ̄k ˋ]	洗滌
มด	[mot~]	螞蟻
มอบ	[mɔ̄p ˋ]	授予；交出
เมฆ	[mēk ˋ]	雲
เม็ด	[met~]	顆、粒
ยก	[yok~]	舉、抬
ยอด	[yɔ̄t ˋ]	頂端
เย็บ	[yep~]	縫；裝訂
แยก	[yɛ̄k ˋ]	分開
รด	[rot~]	澆、淋、灑

【五】　　　　　　　　　　　　　🔊 062 3:05

รถ	[rot~]	車、車輛

รบ	[rop~]	打仗；糾纏
รอด	[rɔ̄t ˋ]	逃脫
รอบ	[rɔ̄p ˋ]	周圍；周、圈
เรียก	[rīak ˋ]	呼喚
เรียบ	[rīap ˋ]	平坦的
แรก	[rɛ̄k ˋ]	最初、起初
แรด	[rɛ̄t ˋ]	犀牛
โรค	[rōk ˋ]	疾病
ลด	[lot~]	減、降
ลบ	[lop~]	塗、抹(去)
ลวก	[lūak ˋ]	燙傷；涮
ลวด	[lūat ˋ]	金屬絲
ลอก	[lɔ̄k ˋ]	抄寫、抄襲
เล็ก	[lek~]	小
เลิก	[lɤ̄k ˋ]	停止、取消
เลข	[lēk ˋ]	數字
เล็บ	[lep~]	指甲
เลือก	[lœ̄ak ˋ]	選擇
เลือด	[lœ̄at ˋ]	血
แลก	[lɛ̄k ˋ]	交換
โลก	[lōk ˋ]	世界

【六】　🔊 062 3:48

ศอก	[sɔ̄k ˅]	手肘
เศษ	[sēt ˅]	剩餘
โศก	[sōk ˅]	悲傷
สด	[sot ˅]	新鮮
สอบ	[sɔ̄p ˅]	考試
เสพ	[sēp ˅]	享受
โสด	[sōt ˅]	單身
หก	[hok ˅]	（數詞）六
หอก	[hɔ̄k ˅]	矛、槍
หอบ	[hɔ̄p ˅]	喘氣
เห็ด	[het ˅]	菇類
โหด	[hōt ˅]	殘暴
อก	[ok ˅]	胸膛、胸部
อด	[ot ˅]	容忍、克制；挨餓；絕食
อวด	[ūat ˅]	誇耀
ออก	[ɔ̄k ˅]	離開；出發
เอก	[ēk ˅]	第一；主要
เอ็ด	[et ˅]	（數詞）一
แอบ	[ɛ̄p ˅]	躲藏；偷偷地

三 朗讀、抄寫下列辭彙，並借助詞典瞭解其含義。

【一】　　　　　　　　　　　　　　　　　🔊 063 0:00

กอดคอ	[กอด-คอ]	（喻）親密
กอบกู้	[กอบ-กู้]	挽救
เก็บเกี่ยว	[เก็บ-เกี่ยว]	收割
เก็บตัว	[เก็บ-ตัว]	藏身
ขบขัน	[ขบ-ขัน]	好笑
ขอบเขต	[ขอบ-เขต]	範圍；領域；界限
ขอบคุณ	[ขอบ-คุน]	謝謝
ขอบใจ	[ขอบ-ใจ]	謝謝（用於長輩對晚輩或平輩之間）
ขอบฟ้า	[ขอบ-ฟ้า]	天際；地平線
คดเคี้ยว	[คด-เคี้ยว]	蜿蜒；曲折
คบค้า	[คบ-ค้า]	結交
ควบคุม	[ควบ-คุม]	控制
งดงาม	[งด-งาม]	美麗
งดเว้น	[งด-เว้น]	戒除
งบประมาณ	[งบ-ประ-มาน]	預算
งอกงาม	[งอก-งาม]	茂盛
จดจำ	[จด-จำ]	記住、牢記
เจ็บไข้	[เจ็บ-ไข้]	生病

เจ็บปวด	[เจ็บ-ปวด]	疼痛
แจกจ่าย	[แจก-จ่าย]	分發
ชกมวย	[ชก-มวย]	拳擊
ชดเชย	[ชด-เชย]	補償
ชดใช้	[ชด-ใช้]	賠償
เช็ดตัว	[เช็ด-ตัว]	擦乾身子
เช็ดปาก	[เช็ด-ปาก]	擦嘴
โชคดี	[โชก-ดี]	幸運
โชคร้าย	[โชก-ร้าย]	惡運
ซบเซา	[ซบ-เซา]	困倦；（經濟）蕭條

【二】　　　　　　　　　　　　　　　　🔊 063 1:20

ดอกเบี้ย	[ดอก-เบี้ย]	利息
ดอกไม้	[ดอก-ไม้]	花
เด็ดขาด	[เด็ด-ขาด]	絕對
เด็ดเดี่ยว	[เด็ด-เดี่ยว]	堅決、果斷
เดือดร้อน	[เดือด-ร้อน]	痛苦、著急
แดดจ้า	[แดด-จ้า]	陽光燦爛
โดดเดี่ยว	[โดด-เดี่ยว]	孤立
ตกงาน	[ตก-งาน]	失業
ตกใจ	[ตก-ใจ]	吃驚
ตกต่ำ	[ตก-ต่ำ]	衰落、沒落

ตกทอด	[ตก-ทอด]	遺傳
ตกลง	[ตก-ลง]	同意
ตบแต่ง	[ตบ-แต่ง]	裝飾
ตบมือ	[ตบ-มือ]	鼓掌
ตอบโต้	[ตอบ-โต้]	爭辯
ตอบแทน	[ตอบ-แทน]	報答
ตอบรับ	[ตอบ-รับ]	錄取；通知已收到
เติบโต	[เติบ-โต]	成長
แตกฉาน	[แตก-ฉาน]	精通
แตกต่าง	[แตก-ต่าง]	差異
แตกแยก	[แตก-แยก]	分裂
ถกเถียง	[ถก-เถียง]	爭論
ถอดถอน	[ถอด-ถอน]	撤掉
ทดลอง	[ทด-ลอง]	試驗
ทดสอบ	[ทด-สอบ]	考驗
ทบทวน	[ทบ-ทวน]	回顧
ทอดทิ้ง	[ทอด-ทิ้ง]	拋棄
ทอดมัน	[ทอด-มัน]	炸餅
เทศกาล	[เทด-สะ-กาน]	時節；節慶
เทศบาล	[เทด-สะ-บาน]	市政府
เทิดทูน	[เทิด-ทูน]	推崇
เทียบเท่า	[เทียบ-เท่า]	同等

เทือกเขา	[เทือก-เขา]	山脈
โทษที	[โทด-ที]	對不起
นอกจาก	[นอก-จาก]	除了
นอกเวลา	[นอก-เว-ลา]	超時的

【三】　　　　　　　　　　　　🔊 063 2:57

แนบแน่น	[แนบ-แน่น]	緊密
ทางบก	[ทาง-บก]	陸地
บดยา	[บด-ยา]	磨藥
บทความ	[บด-ความ]	文章
บทคัดย่อ	[บด-คัด-ย่อ]	摘要
บวชเณร	[บวด-เนน]	出家當沙彌
บอกใบ้	[บอก-ใบ้]	暗示
บอดสี	[บอด-สี]	色盲
บอบช้ำ	[บอบ-ช้ำ]	瘀傷
บอบบาง	[บอบ-บาง]	虛弱
เบิกเงิน	[เบิก-เงิน]	提款
เบิกบาน	[เบิก-บาน]	喜悅
เบียดเบียน	[เบียด-เบียน]	侵擾
เบียดเสียด	[เบียด-เสียด]	擠、擁擠
แบบแผน	[แบบ-แผน]	規矩、規章
โบกมือ	[โบก-มือ]	揮手

ปกนอก	[ปก-นอก]	封面
ปกป้อง	[ปก-ป้อง]	保護
ปกปิด	[ปก-ปิด]	掩蓋；隱瞞
ปกเสื้อ	[ปก-เสื้อ]	衣領
ปวดท้อง	[ปวด-ท้อง]	腹痛
ปวดหัว	[ปวด-หัว]	頭痛
เปิดเผย	[เปิด-เผย]	公開
แฝดคู่	[แฝด-คู่]	雙胞胎
พบปะ	[พบ-ปะ]	會見
เพิกถอน	[เพิก-ถอน]	撤銷
ฟอกตัว	[ฟอก-ตัว]	用肥皂淨身
มอบตัว	[มอบ-ตัว]	自首

【四】
🔊 063 4:17

เมฆฝน	[เมก-ฝน]	雨雲
ยกโทษ	[ยก-โทด]	赦罪；原諒
ยกย่อง	[ยก-ย่อง]	推崇
ยกเลิก	[ยก-เลิก]	取消
ยกเว้น	[ยก-เว้น]	除外
ยอดเยี่ยม	[ยอด-เยี่ยม]	最優秀、卓越
เย็บเล่ม	[เย็บ-เล่ม]	裝訂成冊
เยือกแข็ง	[เยือก-แข็ง]	凍結

เยือกเย็น	[เยือก-เย็น]	冰涼
แยกตัว	[แยก-ตัว]	分出
โยกย้าย	[โยก-ย้าย]	調動
รดน้ำ	[รด-น้ำ]	澆水
รถแท็กซี่	[รถ-แท็ก-ซี่]	計程車
รถไฟ	[รด-ไฟ]	火車
รวดเร็ว	[รวด-เร็ว]	快速的
รวบรวม	[รวบ-รวม]	匯整
รอดชีวิต	[รอด-ชี-วิด]	生還
รอดตัว	[รอด-ตัว]	脫險
รอบคอบ	[รอบ-คอบ]	周到的
รอบตัว	[รอบ-ตัว]	周遭
รอบรู้	[รอบ-รู้]	博學、通曉
เรียกคืน	[เรียก-คืน]	討還
เรียกร้อง	[เรียก-ร้อง]	要求
เรียบร้อย	[เรียบ-ร้อย]	斯文的
เรียบเรียง	[เรียบ-เรียง]	編寫
ลดความเร็ว	[ลด-ความ-เร็ว]	減速
ลดความอ้วน	[ลด-ความ-อ้วน]	減肥
ลบชื่อ	[ลบ-ชื่อ]	除名

【五】 🔊 063 5:36

ลวดลาย	[ลวด-ลาย]	花紋
ลอกแบบ	[ลอก-แบบ]	模仿
เล็กน้อย	[เล็ก-น้อย]	少許
เลขคู่	[เลก-คู่]	雙數
เลขคี่	[เลก-คี่]	單數
เลขไทย	[เลก-ไท]	泰國數字
คัดเลือก	[คัด-เลือก]	篩選
เลือกตั้ง	[เลือก-ตั้ง]	選舉
เลือดกำเดา	[เลือด-กำ-เดา]	鼻血
แลกเงิน	[แลก-เงิน]	兌換外匯
แวดล้อม	[แวด-ล้อม]	圍繞
เศร้าโศก	[เส้า-โสก]	悲傷；憂愁
สดชื่น	[สด-ชื่น]	清爽
สดใส	[สด-ใส]	光明
สอดส่อง	[สอด-ส่อง]	照料；觀察
สอบแก้ตัว	[สอบ-แก้-ตัว]	補考
สอบตก	[สอบ-ตก]	考不及格
สอบถาม	[สอบ-ถาม]	詢問
สอบสวน	[สอบ-สวน]	審訊
ยาเสพติด	[ยา-เสบ-ติด]	毒品
เสียดสี	[เสียด-สี]	諷刺

เห็ดหอม	[เห็ด-หอม]	香菇
โหดร้าย	[โหด-ร้าย]	殘酷
อกหัก	[อก-หัก]	失戀
อดทน	[อด-ทน]	忍受
อบรม	[อบ-รม]	教育
อบอุ่น	[อบ-อุ่น]	溫暖
อวดเก่ง	[อวด-เก่ง]	逞能
ออกข่าว	[ออก-ข่าว]	發佈新聞
เอกชน	[เอก-กะ-ชน]	私人
เอกมัย	[เอก-กะ-ไม]	一致；曼谷地區名
เอกราช	[เอก-กะ-ราด]	獨立
เอกสาร	[เอก-กะ-สาน]	文件
แอบแฝง	[แอบ-แฝง]	暗藏
โอบอ้อมอารี	[โอบ-อ้อม-อา-รี]	寬厚
โอบอุ้ม	[โอบ-อุ้ม]	撫養

四 朗讀並抄寫下列句子。　　　　　　　　　　🔊 064

1. ฝึกนับเลขหนึ่งถึงสิบท่องให้จำขึ้นใจ

2. วิทยาการสมัยใหม่ทำให้ชีวิตสะดวกสบายมากขึ้น

3. ตื่นเช้ามาวิ่งออกกำลังกายสูดอากาศบริสุทธิ์ทำให้ร่างกายแข็ง
   แรง

4. การศึกษาคือการทดลอง ความสำเร็จของการศึกษาคือการนำ

ความรู้ไปใช้จริง

5. หนึ่งปีมีสิบสองเดือน มีห้าสิบสองสัปดาห์ มีสามร้อยหกสิบ
ห้าวัน

6. เครื่องเขียนที่สำคัญที่ต้องเตรียมมีสมุด ปากกา ไม้บรรทัด
และยางลบ

7. การกินอาหารรสจัด เค็ม และเผ็ด ไม่ดีต่อสุขภาพ

8. วันพักผ่อนเสาร์อาทิตย์อยู่บ้านเก็บบ้านทำความสะอาดให้
เรียบร้อย

9. ก่อนที่จะเดินทางไปต่างประเทศต้องดูให้ดีดีเสียก่อน

10. ในสวนสาธารณะจะมีป้ายติดเอาไว้ว่าห้ามเดินลัดสนามและ
ห้ามเด็ดดอกไม้

連音

　　兩個或更多的子音結合在一起叫連音。現代泰語的連音都是由兩個子音組合而成的，其在音節中的發音特點有的是兩個子音迅速並讀，發出雙重音；有的是兩個子音分作兩個音節發音；有的只發其中一個子音。

　　泰語連音(อักษรประสม)分為兩類：帶後置子音的連音(อักษรควบ)[1]和帶前置子音的連音(อักษรนำ)[2]。

　　本課先講帶後置子音的連音(อักษรควบ)。泰語連音的後置子音一般是ร、ล 和 ว，拼讀規則由基本子音的性質決定。

　　帶後置子音的連音(อักษรควบ)又分為兩類：真連音(อักษรควบแท้)和假連音 (อักษรควบไม่แท้)。

一　真連音（อักษรควบแท้）

◀ 065

　　真連音是指兩個子音都要發音的連音。基本子音是中子音ก ต ป、高子音ข ผ、低子音ค พ，後置子音是ร、ล 和 ว。其中，後置子音為 ว 的連音也叫唇化連音。

1　由中子音 ก ต ป 加低子音 ร ล ว 的連音有：กร กล ตร ปร ปล กว。

　舉例說明如下：

────────────

1 後置子音的連音的結構為：基本子音+後置子音。

2 前置子音的連音的結構為：前置子音+基本子音。這一類型的連音音節的字我們習慣稱之為前引字。

กร- กระ กรอบ เกรียนกรม กรุงเกรง
กล-กลับ กล้า กลาง กลาย กลิ้ง กลี ใกล้ ไกล กลัว เกลียว
ตร- ตรง ตรวจ ตรอง ตรอม เตรียม ตระ ตรา
ปร-ปรบ ประ ปรับ ปราบ ปรุง เปรื่อง เปรม
ปล-ปลา ปลาย ปลิว ปลื้ม ปลูก เปล่า เปลี่ยว
กว- กว่า กวาง กว้าง กวาด เกวียน

2 由高子音 ข ผ 加低子音 ร ล ว 的連音有：ขร ขล ผล ขว。舉例說明如下：

ขร- ขรัว ขรึม ขรุขระ
ขล- ขลัง ขลาด ขลุ่ย เขลา
ผล- ผลัก ผลัด ผลาญ ผลิ โผล่
ขว- ขวัญ ขวา ขวาง ขวาน แขวน

3 由低子音 ค พ 加低子音 ร ล ว 的連音有：คร คล พร พล คว。舉例說明如下：

คร- ครู ครัว เครื่อง ครับ ครู่
คล- คลอง คล่อง คลัง คลั่ง คลาน คล้าย คลื่น
พร- พระ พราน พริก เพราะ แพร แพร่ พร้อม
พล- พลอย พลัด พลิก เพลง เพลิง เพลีย
คว- ควัก ควัน ความ ควาย คว่ำ แคว้น

4 連音可作尾子音。作尾子音時，其韻尾的性質由第一個子音決定；若再與母音相拼組成第二音節，則作為第二音節的連音子音。舉例說明如下：

บุตร (บุด) เนตร (เนด) มิตร (มิด) จิตร (จิด)
บัตร(บัด) จักร (จัก) อัคร (อัก) นิทร(นิด)
สมัคร (สะ-หมัก) สมุทร (สะ-หมุด)
บุตรี (บุด-ตรี) จิตรา (จิด-ตรา) จักรี (จัก-กรี)

若有不發音符號 (การันต์) 限制，則該連音不發音。舉例說明如下：

พักตร์ (พัก) วัสตร์ (วัด) ศาสตร์ (สาด) อินทร์ (อิน)

二、假連音（อักษรควบไม่แท้）

🔊 066

假連音是指兩個組合的子音只發其中一個子音的連音。基本子音有 จ ซ ศ ส ท，後置子音是 ร。

1. 由子音 จ ซ ศ ส 加低子音 ร 的連音有：จร ซร ศร สร ，其中的 ร 不發音。舉例說明如下：

จริง (จิง)　　ไซร้ (ไซ้)　　ศรี (ศี)　　สร้าง (ส้าง)　　เสริม (เสิม)

"สระ" 一詞有兩個讀音，較為特殊。若只發 "ส" 的音而不發 "ร" 的音，則是假連音。例如：สระน้ำ　สระผม。 若發成兩個音節的音，則是前引字(อักษรนำ)。例如：สระอา　สระอี 等。

2. 由 ท 和 ร 結合為 ทร 連音時，讀做低子音 ซ。舉例說明如下：

ทราบ (ซาบ)　　ทราย (ซาย)　　ทรุด (ซุด)　　โทรม (โซม)

當連音 ทร 作為第一個音節的尾子音又與母音組成第二個音節或直接與母音組成第二個音節時，連音 ทร 就當作真連音來看待。舉例說明如下：

นิทรา (นิด-ทรา)　　　จันทรา (จัน-ทรา)

一 拼讀並抄寫下列單詞。

【一】 🔊 067 0:00

กรง	[grong]	籠
กรด	[grot ˇ]	酸、酸類
กรน	[gron]	打鼾
กรม	[grom]	廳、局
กระเพาะ	[gra ˇ pɔ~]	胃
กราบ	[grāp ˇ]	跪拜
กริ่ง	[gring ˇ]	鈴
กรีด	[grīt ˇ]	劃、割
กรุง	[grung]	京；京城
เกรง	[grēng]	擔心
เกรด	[grēt ˇ]	等級
โกรธ	[grōt ˇ]	生氣
กลม	[glom]	圓的
กล้วย	[glūai ˋ]	蕉
กลอง	[glɔ̄ng]	鼓
กลับ	[glap ˇ]	回、歸、返
กลัว	[glūa]	害怕
กลาง	[glāng]	中間

กล้า	[glā ˋ]	苗、秧；勇敢
กลาย	[glāi]	逐漸變成
กล้าม	[glām ˋ]	肌肉
กล่าว	[glāu ˇ]	說、講
กลิ่น	[glin ˇ]	氣味
กลุ่ม	[glum ˇ]	集團、群體
เกลียด	[glīat ˇ]	討厭、憎恨
เกลือ	[glɶa]	鹽
แกล้ง	[glɛ̄ng ˋ]	假裝；為難
ใกล้	[glai ˋ]	近
ไกล	[glai]	遠
ตรง	[drong]	正、直
ตรวจ	[drūat ˇ]	檢查
ตรอง	[drɔ̄ng]	考慮、思考
ตรี	[drī]	三、第三
เตรียม	[drīam]	預備、準備
แตร	[drɛ̄]	喇叭、號
ปรบ	[brop ˇ]	拍打
ปรับ	[brap ˇ]	訴說；罰；調整
ปราบ	[brāp ˇ]	剿滅、鎮壓
ปรุง	[brung]	調配；裝飾
เปรียบ	[brīap ˇ]	比較

แปรง	[brēng]	刷子；刷
โปร่ง	[brōng ˇ]	空曠、明朗
โปรด	[brōt ˇ]	寵愛；請、勞駕
แปร	[brɛ̄]	變換、轉化
ปลด	[blot ˇ]	解除、取下
ปล้น	[blon ˋ]	搶劫
ปลอบ	[blɔ̄p ˇ]	安慰
ปล่อย	[blɔ̄i ˇ]	放棄、釋放
ปลา	[blā]	魚
ปลาย	[blāi]	尾、末端
ปลิง	[bling]	水蛭、螞蝗
ปลิว	[bliu]	飄、飛揚
ปลีก	[blīk ˇ]	分身、抽空
ปลื้ม	[blœ̄m ˋ]	喜悅
ปลุก	[bluk ˇ]	喚醒
ปลูก	[blūk ˇ]	栽種、培育
เปล่า	[blao ˇ]	空、光
เปลี่ยน	[blīan ˇ]	改變、調換
เปลือก	[blœ̄ak ˇ]	皮、殼
เปลือง	[blœ̄ang]	耗費、浪費
แปล	[blɛ̄]	翻譯
แปลก	[blɛ̄k ˇ]	奇怪的；陌生的

กว่า	[gwā ˇ]	餘、多；比、較
กวาง	[gwāng]	鹿
กว้าง	[gwāng ˋ]	寬闊
กวาด	[gwāt ˇ]	掃、打掃
เกวียน	[gwīan]	牛車

【二】　　　　　　　　　　　　　　067 2:21

ขรึม	[krœm ˊ]	嚴肅
ขรุขระ	[kru ˇ kra ˇ]	崎嶇不平
ขลัง	[klang ˊ]	靈力；神奇
ขลาด	[klāt ˇ]	膽怯
ขลิบ	[klip ˇ]	鑲邊
ขลุ่ย	[klui ˇ]	笛子
เขลา	[klao ˊ]	笨拙
ผลัก	[plak ˇ]	推
ผลัด	[plat ˇ]	替換
ผลิ	[pli ˇ]	（葉、花）長出
แผล	[plɛ̄ ˊ]	傷口
โผล่	[plō ˇ]	冒出
ขวัญ	[kwan ˊ]	魂
ขวา	[kwā ˊ]	右
ขวาง	[kwāng ˊ]	擋、攔

ขว้าง	[kwāng ˋ]	投、擲
ขวาน	[kwān ˊ]	斧
แขวน	[kwɛ̄n ˊ]	掛

【三】　　　　　　　　　　　　🔊 067 2:59

ครบ	[krop~]	滿、齊全
ครอง	[krɔ̄ng]	治理、統治
ครั้ง	[krang~]	次、回
ครัว	[krūa]	廚房
คร่าว	[krāu ˋ]	簡略
ครีม	[krīm]	乳脂、膏狀物
ครึ่ง	[krœng ˋ]	半、二分之一
ครู	[krū]	教師
ครู่	[krū ˋ]	片刻
เครียด	[krīat ˋ]	繃緊、緊張
เครื่อง	[krœ̄ang ˋ]	器具
โครง	[krōng]	結構、輪廓
ใคร	[krai]	誰
ใคร่	[krai ˋ]	願意、渴望
คลอง	[klɔ̄ng]	水渠
คล่อง	[klɔ̄ng ˋ]	流利
คลัง	[klang]	倉庫、財庫

คลั่ง	[klang ˋ]	瘋狂、著迷
คลาน	[klān]	爬
คล้าย	[klāi~]	近似、相似
คลื่น	[klœn ˋ]	波浪
เคลื่อน	[klœan ˋ]	移動
เคลือบ	[klœap ˋ]	塗、裹
พร้อม	[prɔ̄m~]	齊備
พระ	[pra~]	僧侶、和尚；尊貴的；佛像
พราน	[prān]	獵人
พริก	[prik~]	辣椒
เพราะ	[prɔ~]	悅耳；因為
แพร	[prɛ̄]	綢緞
แพร่	[prɛ̄ ˋ]	傳播
พลอย	[plɔi]	珠寶
พลัด	[plat~]	脫落、失散
พลาด	[plāt ˋ]	失誤、錯過
พลิก	[plik~]	翻轉
เพลง	[plēng]	歌曲
เพลิง	[plēng]	火焰
เพลีย	[plīa]	疲倦
ควัก	[kwak~]	掏、剜
ควัน	[kwan]	煙

คว้า	[kwā~]	獲取、奪得
ความ	[kwām]	含義；名詞化字首
ควาย	[kwāi]	水牛
คว่ำ	[kwam ˋ]	翻倒、傾覆
แคว้น	[kwɛ̄n~]	地方、區域

【四】　　　　　　　　　　　　　🔊 067 4:41

จริง	[jing]	真、真實
ไซร้	[sai~]	……的話
ศรี	[sī ˊ]	吉祥；光芒
เศร้า	[sao ˋ]	傷心、悲傷
สร้อย	[sɔ̄i ˋ]	鏈
สร้าง	[sāng ˋ]	建立、創造
เสริม	[sɤ̄m ˊ]	增強、添補
ทรง	[song]	形狀、式樣
ทราบ	[sāp ˋ]	知曉
ทราย	[sāi]	沙子
ทรุด	[sut~]	下陷，衰退
แทรก	[sɛk ˋ]	干預

二 朗讀、抄寫下列辭彙，並借助詞典瞭解其含義。

【一】　　　　　　　　　　　　　🔊 068 0:00

| กรงขัง | [กรง-ขัง] | 囚籠、牢房 |

กรมการข้าว	[กรม-กาน-ข้าว]	糧食廳
กรมชลประทาน	[กรม-ชน-ละ-ประ-ทาน]	水利廳
กระเพาะอาหาร	[กระ-เพาะ-อา-หาน]	胃
กราบทูล	[กราบ-ทูน]	稟告
กราบเรียน	[กราบ-เรียน]	稟報
เกรงกลัว	[เกรง-กลัว]	畏懼
เกรงใจ	[เกรง-ใจ]	客氣
โกรธเคือง	[โกรด-เคือง]	生氣
โกรธแค้น	[โกรด-แค้น]	憤怒
กลมกลืน	[กลม-กลืน]	和諧
กลมเกลียว	[กลม-เกลียว]	融洽
กลับกลอก	[กลับ-กลอก]	出爾反爾
กลับคำ	[กลับ-คำ]	食言
กลับตัว	[กลับ-ตัว]	悔過自新
กลางคืน	[กลาง-คืน]	晚上
กลางทาง	[กลาง-ทาง]	中途
กลางบ้าน	[กลาง-บ้าน]	民間的
กล้าหาญ	[กล้า-หาน]	勇敢
กล้ามเนื้อ	[กล้าม-เนื้อ]	肌肉
กล่าวขวัญ	[กล่าว-ขวัน]	（許多人）提及
กล่าวหา	[กล่าว-หา]	指控
กลิ่นหอม	[กลิ่น-หอม]	香味

กลิ่นไอ	[กลิ่น-ไอ]	氣味
กลุ่มประเทศ	[กลุ่ม-ประ-เทด]	國家集團
กลุ่มเลือด	[กลุ่ม-เลือด]	血型
แกล้งทำ	[แกล้ง-ทำ]	裝作
ใกล้เคียง	[ใกล้-เคียง]	鄰近；接近
ใกล้ชิด	[ใกล้-ชิด]	親近
ตรงกัน	[ตรง-กัน]	一致
ตรงกันข้าม	[ตรง-กัน-ข้าม]	對面；相反
ตรวจค้น	[ตรวด-ค้น]	搜查
ตรวจโรค	[ตรวด-โรก]	診病
ตรวจสอบ	[ตรวด-สอบ]	考核；檢查
ตริตรอง	[ตริ-ตรอง]	考慮
เตรียมตัว	[เตรียม-ตัว]	準備
เตรียมพร้อม	[เตรียม-พร้อม]	準備好
ปรับปรุง	[ปรับ-ปรุง]	整頓
ปรับอากาศ	[ปรับ-อา-กาด]	空調

【二】　068 1:55

ปราบปราม	[ปราบ-ปราม]	鎮壓
ปรุงรส	[ปรุง-รด]	調味
ปรุงอาหาร	[ปรุง-อา-หาน]	烹調
เปรมใจ	[เปรม-ใจ]	愉快

เปรียบเทียบ	[เปรียบ-เทียบ]	比較
แปรงฟัน	[แปรง-ฟัน]	刷牙
โปร่งใส	[โปร่ง-ใส]	透明
ปลดแอก	[ปลด-แอก]	解放
ปล้นสะดม	[ปล้น-สะ-ดม]	搶劫
ปลอมตัว	[ปลอม-ตัว]	偽裝
ปลอมแปลง	[ปลอม-แปลง]	假冒
ปล่อยตัว	[ปล่อย-ตัว]	釋放
ปลายทาง	[ปลาย-ทาง]	盡頭、終點
ปลายเท้า	[ปลาย-เท้า]	腳尖
ปลีกย่อย	[ปลีก-ย่อย]	細小
ปลื้มใจ	[ปลื้ม-ใจ]	欣慰
ปลูกฝัง	[ปลูก-ฝัง]	培養
เปลี่ยนใจ	[เปลี่ยน-ใจ]	改變心意
เปลี่ยนตัว	[เปลี่ยน-ตัว]	換人
เปลืองเงิน	[เปลือง-เงิน]	浪費錢
แปลกใจ	[แปลก-ใจ]	驚奇
แปลกตา	[แปลก-ตา]	新奇；改觀；異樣
กว้างใหญ่	[กว้าง-ใหญ่]	寬廣
กวาดล้าง	[กวาด-ล้าง]	肅清；掃蕩
แกว่งเท้าหาเสี้ยน	[แกว่ง-เท้า-หา-เสี้ยน]	自找麻煩
ผลักดัน	[ผลัก-ดัน]	推動

ขวัญใจ	[ขวัน-ใจ]	心愛的人
ขวัญตา	[ขวัน-ตา]	眼福
ขวางหน้า	[ขวาง-หน้า]	阻擋
ครบถ้วน	[ครบ-ถ้วน]	完整、齊全
ครบรอบ	[ครบ-รอบ]	滿（週期）；週年
ครองชีพ	[ครอง-ชีบ]	維持生活；過日子
ครองเมือง	[ครอง-เมือง]	治國
ครั้งแรก	[ครั้ง-แรก]	第一次
ครัวเรือน	[ครัว-เรือน]	戶
ครึ่งทาง	[ครึ่ง-ทาง]	半路
โครงการ	[โครง-กาน]	計畫
คล่องแคล่ว	[คล่อง-แคล่ว]	敏捷
คลั่งไคล้	[คลั่ง-ไคล้]	迷戀
คล้ายคลึง	[คล้าย-คลึง]	相似

【三】　　　　　　　　　　　　　　　　🔊 068 4:02

คลื่นลม	[คลื่น-ลม]	風浪
เคลื่อนไหว	[เคลื่อน-ไหว]	動
พร้อมด้วย	[พร้อม-ด้วย]	連同
พร้อมหน้า	[พร้อม-หน้า]	全體都
พระคุณ	[พระ-คุน]	恩惠
เพราะฉะนั้น	[เพราะ-ฉะ-นั้น]	所以

เพราะว่า	[เพราะ-ว่า]	因為
แพร่หลาย	[แพร่-หลาย]	普遍
พลาดพลั้ง	[พลาด-พลั้ง]	失誤
พลิกแพลง	[พลิก-แพลง]	靈活；善變
เพลงชาติ	[เพลง-ชาด]	國歌
ควักกระเป๋า	[ควัก-กระ-เป๋า]	掏腰包
ควันไฟ	[ควัน-ไฟ]	火煙
ความกดดัน	[ความ-กด-ดัน]	壓力
ความคิด	[ความ-คิด]	想法
ความจริง	[ความ-จิง]	真相
ความจำ	[ความ-จำ]	記憶
ความเชื่อ	[ความ-เชื่อ]	信仰
ความถี่	[ความ-ถี่]	頻率
ความรู้	[ความ-รู้]	知識
คว่ำบาตร	[คว่ำ-บาด]	杯葛、抵制
จริงจัง	[จิง-ใจ]	認真
จริงใจ	[จิง-ใจ]	真誠
เศร้าใจ	[เส้า-ใจ]	傷心
เศร้าโศก	[เส้า-โสก]	哀傷
สร้อยคอ	[ส้อย-คอ]	項鏈
สร้างตัว	[ส้าง-ตัว]	自立
ส่งเสริม	[ส่ง-เสิม]	促進

เสริมสวย	[เสิม-สวย]	美化、美容
ทรงตัว	[ซง-ตัว]	站穩
ทรุดโทรม	[ซุด-โซม]	衰落
แทรกแซง	[แซก-แซง]	介入、干涉

三 朗讀並抄寫下列句子。　　　　　　　　　　　　🔊 069

1. วันนี้ไม่ได้เอารถมา ฉันขอกลับกับเธอได้ไหม
2. ขอมอบผ้าแพรผืนนี้เป็นของขวัญสำหรับมิตรภาพของสอง ประเทศ
3. พ่อปลุกฉันแต่เช้าให้เปลี่ยนเสื้อผ้าแล้วไปปลูกกล้วยไม้
4. นายพรานขี่ควายไปเก็บพริกมาครึ่งครุ
5. ตอนเที่ยงครึ่งเสียงใครเป่าขลุ่ยอยู่ในครัวเพราะมาก
6. นั่งเศร้ามองดูคลื่นสาดซัดหาดทรายขาว
7. วัวลากเกวียนเดินกวัดแกว่งไปมาอยู่บนถนนริมคลองที่ ขรุขระ
8. ครูบอกว่ารอสักครู่ รอให้มาครบกันก่อนแล้วค่อยร้องเพลง
9. ร้านนี้ ขายผ้า ขายเพชร ขายพลอย ขายแหวน ขายสร้อย และ เครื่องประดับทุกชนิด
10. อ่านหนังสือเครียดมากไปคาราโอเกะร้องเพลงเพื่อปลด ปล่อย

12 前引字

　　泰語雙子音(อักษรประสม)除了帶後置子音的雙子音(อักษรควบ)外，還有帶前置子音的雙子音(อักษรนำ)。泰語雙子音的前置子音一般為高子音和中子音，基本子音為低子音。前置子音的一個作用是使後面跟隨的基本子音（低子音）音節按前置子音的性質來拼讀，其本身可不發音，也可以再與短母音[a]相拼組成音節發音。

　　泰語低子音分為兩類：一類是與高子音有對應關係（指發音部位和發音方法相同）的低子音，這類低子音泰語叫做："อักษรคู่"，有13個低子音字母；另一類是與高子音沒有對應關係（指發音部位和發音方法不相同）的低子音，這類低子音泰語叫做："อักษรเดี่ยว"，有10個低子音字母。如下表：

音標 子音	[k]	[ch]	[t]	[p]	[f]	[s]	[h]
高子音 อักษรคู่ （低子音）	ข ค ฆ	ฉ ช ฌ	ถ ฐ ฑ ฒ ท ธ	ผ พ ภ	ฝ ฟ	ส ศ ษ ซ	ห ฮ

音標 子音	[ng]	[y]	[n]	[m]	[r]	[l]	[w]
อักษรเดี่ยว （低子音）	ง	ญ ย	ณ น	ม	ร	ล ฬ	ว

　　"อักษรคู่" 與高子音相對應能拼合出5個泰語聲調，而 "อักษรเดี่ยว" 則不能；屬於低子音性質的 "อักษรเดี่ยว" 要由高子音或中子音作前置子音，才能滿足拼合出5個泰語聲調的需要。因此， "อักษรเดี่ยว" 由高子音或中子音作前置子音的雙子音音節的字，我們習慣稱之為前引字（อักษรนำ）。

　　前引字一般分為不發音的前引字和發音的前引字兩類，其拼讀規則由前置子音的性質來決定。

一　不發音的前引字

🔊070

　　1.以中子音 อ 作前置子音，而 อ 不發音的前引字，只有四個詞。整個音節按中子音性質拼讀。

อย่า　不，別　　　อยาก　想，想要

อย่าง　樣子，例子　อยู่　　在，正在

　　2.以高子音 ห 作前置子音，而 ห 不發音的前引字。整個音節按高子音性質拼讀。如：

หย่า	หยก	หรีด	หรือ	หลง	หลอก	หวัง	หวัด
หงอก	หงาย	หญ้า	หยิบ	หนู	หนวก	เหมือน	หมด

二　發音的前引字

🔊071

　　1.中子音作前置子音的前引字。

　　① 以อ作前置子音的前引字， อ本身要與短母音 [a] 相拼讀，餘下的低子音音節按中子音性質拼讀。如：

　　　　　　องุ่น　　อนาถ　　อร่อย　　อนึ่ง

　　② 以ก ต จ 等中子音作前置子音的前引字，這些中子音本身要與短母音 [a] 相拼讀，餘下的低子音音節按中子音性質拼讀。如：

กนก　　ตลาด　　จมูก　　　ปลัด

2.以 ข ฉ ถ ผ ฝ ส 等高子音作前置子音的前引字，這些高子音本身要與短母音 [a] 相拼讀，餘下的低子音音節按高子音的性質拼讀。如：

ขณะ　　ฉลอง　　ถนัด　　แผนก　　สรุป

三 不規則的前引字

🔊 072

　　泰語中有些前引字的基本子音不屬於低子音性質的"อักษรเดี่ยว"。而有些前引字的基本子音即使是低子音性質的"อักษรเดี่ยว"，但也不按前引字的規則拼讀，而是以基本子音自身的性質拼讀；還有些前引字的前置子音是由低子音充當的前引字，這些前引字我們稱之為不規則的前引字。如：

แสดง　讀作 ▸	สะ-แดง	สบาย　讀作 ▸	สะ-บาย
เผชิญ　讀作 ▸	ผะ-เชิน	สภา　讀作 ▸	สะ-พา
อนามัย 讀作 ▸	อะ-นา-ไม	อภัย　讀作 ▸	อะ-ไพ
เชลย　讀作 ▸	ชะ-เลย	อภิสิทธิ์ 讀作 ▸	อะ- พิ - สิด
กวี　讀作 ▸	กะ-วี	สมา　讀作 ▸	สะ-มา

✏️ 練習

一 拼讀並抄寫下列單詞。

【一】   🔊 073 0:00

หงอน	[ngɔ̄n ˊ]	（禽類）的肉冠
หญ้า	[yā ˋ]	草
หญิง	[ying ˊ]	女人
หนวก	[nūak ˇ]	聾
หนวด	[nūat ˇ]	鬍子
หน่วย	[nūai ˇ]	單位
หน่อ	[nɔ̄ ˇ]	芽、苗
หนอง	[nɔ̄ng ˊ]	膿；沼澤
หนอน	[nɔ̄n ˊ]	蛆
หน่อย	[nɔ̄i ˇ]	稍微、一些
หนัก	[nak ˇ]	沉；嚴重
หนัง	[nang ˊ]	皮、皮膚；電影
หนา	[nā ˊ]	濃；厚
หน้า	[nā ˋ]	表面；前面
หนาว	[nāu ˊ]	冷
หนี	[nī ˊ]	逃避
หนี้	[nī ˋ]	債務
หนึ่ง	[nœng ˇ]	（數詞）一

หนุ่ม	[num ˇ]	青少年
หนู	[nū ́]	鼠
หมด	[mot ˇ]	全部、總共
หมวก	[mūak ˇ]	帽
หมอ	[mɔ̄ ́]	醫生
หม้อ	[mɔ̄ ˋ]	鍋
หมอน	[mɔ̄n ́]	枕頭
หมัด	[mat ˇ]	跳蚤
หมัน	[man ́]	不育、無果
หมั้น	[man ˋ]	訂婚
หมา	[mā ́]	狗
หมาก	[māk ˇ]	檳榔
หม้าย	[māi ˋ]	鰥；寡
หมี	[mī ́]	熊
หมี่	[mī ˇ]	麵條
หมึก	[mœk ˇ]	墨水
หมื่น	[mœ̄n ˇ]	萬
หมุน	[mun ́]	旋轉
หมู	[mū ́]	豬
หมู่	[mū ˇ]	群、夥
หยก	[yok ˇ]	玉
หย่า	[yā ˇ]	離婚

หยิบ	[yip ˇ]	抓、取
หยุด	[yut ˇ]	停止

【二】　　　　　　　　　　　　　🔊 073 1:31

หรือ	[rɯ̄ ˊ]	嗎；或者
หลง	[long ˊ]	忘記；沉迷
หลบ	[lop ˇ]	躲避
หลวง	[lūang ˊ]	國王的；公共的
หลวม	[lūam ˊ]	鬆弛
หลอก	[lɔ̄k ˇ]	欺騙
หลอด	[lɔ̄t ˇ]	管、筒
หลัก	[lak ˇ]	根基；原則
หลัง	[lang ˊ]	背後
หลาน	[lān ˊ]	孫；侄兒
หลาย	[lāi ˊ]	許多
หลับ	[lap ˇ]	睡著
หลาก	[lāk ˇ]	種種；奇異
หลุด	[lut ˇ]	脫落
หวัง	[wang ˊ]	希望
หวัด	[wat ˇ]	感冒
หวาน	[wān ˊ]	甜蜜
หว่าน	[wān ˇ]	散播

หวาย	[wāi ˊ]	藤
หวี	[wī ˊ]	梳子
เหงา	[ngao ˊ]	寂寞
เหงื่อ	[ngœ̄a ˇ]	汗水
เหงือก	[ngœ̄ak ˇ]	牙齦
เหนียว	[nīau ˊ]	黏糊
เหนือ	[nœ̄a ˊ]	北方
เหนื่อย	[nœ̄ai ˇ]	勞累
เหม็น	[men ˊ]	臭
เหมา	[mao ˊ]	承包
เหมือน	[mœ̄an ˊ]	相像
เหยื่อ	[yœ̄a ˇ]	誘餌
เหรียญ	[rīan ˊ]	硬幣
เหล็ก	[lek ˇ]	鐵
เหลว	[lēu ˊ]	液體
เหล้า	[lao ˋ]	酒
เหลียว	[līau ˊ]	掉頭、回眸
เหลือ	[lœ̄a ˊ]	剩餘
แหล่ง	[lɛ̄ng ˇ]	處所、地方
แหลม	[lɛ̄m ˊ]	尖、尖利
แหวน	[wɛ̄n ˊ]	戒指
ไหม	[mai ˊ]	蠶絲；嗎

ไหม้	[mai ˋ]	燒、燒焦
ไหล	[lai ˊ]	流
ไหว	[wai ˊ]	振動;能夠
ไหว้	[wai ˋ]	拜、合掌

【三】　🔊 073 3:11

องุ่น	[a ˇ ngun ˇ]	葡萄
อนาถ	[a ˇ nāt ˇ]	可憐、可悲
อนึ่ง	[a ˇ nœng ˇ]	另外
อเนก	[a ˇ nēk ˇ]	非單一、繁多
อร่อย	[a ˇ rɔ̄i ˇ]	可口
จมูก	[ja ˇ mūk ˇ]	鼻子
จรวด	[ja ˇ rūat ˇ]	火箭
ตลาด	[da ˇ lāt ˇ]	市場
ตลก	[da ˇ lok ˇ]	滑稽、好笑
ตลอด	[da ˇ lɔ̄t ˇ]	一直、始終
ตลับ	[da ˇ lap ˇ]	小圓盒
ตลิ่ง	[da ˇ ling ˇ]	岸邊
ปลัด	[ba ˇ lat ˇ]	副職

【四】　🔊 073 3:41

ขณะ	[ka ˇ na ˇ]	剎那
ขนม	[ka ˇ nom ˊ]	點心

ขนาด	[ka ˇ nāt ˇ]	尺度
ขนุน	[ka ˇ nun ˊ]	菠蘿蜜
ขยะ	[ka ˇ ya ˇ]	垃圾
ขยัน	[ka ˇ yan ˊ]	勤奮的
ขยับ	[ka ˇ yap ˇ]	挪動
ขยาย	[ka ˇ yāi ˊ]	散開、擴大
แขนง	[ka ˇ nēng ˊ]	分支
แขยง	[ka ˇ yēng ˊ]	令人作嘔
ฉลอง	[cha ˇ lōng ˊ]	慶祝
ฉลาก	[cha ˇ lāk ˇ]	標籤
ฉลาด	[cha ˇ lāt ˇ]	聰明
โฉนด	[cha ˇ nōt ˇ]	契約
โฉลก	[cha ˇ lōk ˇ]	運氣
ถนน	[ta ˇ non ˊ]	道路
ถนัด	[ta ˇ nat ˇ]	純熟
ถล่ม	[ta ˇ lom ˇ]	坍塌
แถลง	[ta ˇ lēng ˊ]	聲明；宣告；公告
แผนก	[pa ˇ nēk ˇ]	部、科
สงบ	[sa ˇ ngop ˇ]	安靜
สงวน	[sa ˇ ngūan ˊ]	保留
สง่า	[sa ˇ ngā ˇ]	英俊
สนม	[sa ˇ nom ˊ]	妃子

สนอง	[sa ˇ nɔ̄ng ˊ]	報酬；供應
สนาม	[sa ˇ nām ˊ]	操場
สนิท	[sa ˇ nit ˇ]	親密
สนุก	[sa ˇ nuk ˇ]	有趣
สมอง	[sa ˇ mɔ̄ng ˊ]	腦；智慧
สมัคร	[sa ˇ mak ˇ]	報名；志願
สมัย	[sa ˇ mai ˊ]	時代
สมุด	[sa ˇ mut ˇ]	本子；簿冊
สมุทร	[sa ˇ mut ˇ]	海洋
สยาม	[sa ˇ yām ˊ]	暹羅
สรุป	[sa ˇ rup ˇ]	總結
สลด	[sa ˇ lot ˇ]	悲傷
สลับ	[sa ˇ lap ˇ]	交替
สลาก	[sa ˇ lāk ˇ]	彩票
สลาย	[sa ˇ lāi ˊ]	瓦解
สว่าง	[sa ˇ wāng ˇ]	光明、光亮

二 朗讀、抄寫下列詞彙，並借助詞典瞭解其含義。

【一】   🔊 074 0:00

หงอนไก่	[หงอน-ไก่]	雞冠
หงายท้อง	[หงาย-ท้อง]	腹朝天
หงุดหงิด	[หงุด-หงิด]	煩躁

หญ้าปากคอก	[หย้า-ปาก-คอก]	（喻）簡單容易的事情
หน่วยกิต	[หน่วย-กิด]	學分
หน่อไม้ส้ม	[หน่อ-ไม้-ส้ม]	（泰北方言）醃筍
หนอนหนังสือ	[หนอน-หนัง-สือ]	（喻）書呆子
หนักใจ	[หนัก-ใจ]	心情沈重
หนังตลก	[หนัง-ตะ-หลก]	喜劇片
หนังตัวอย่าง	[หนัง-ตัว-อย่าง]	預告片
หนังสืออ่านเล่น	[หนัง-สือ-อ่าน-เล่น]	休閒書籍
หนาแน่น	[หนา-แน่น]	稠密
หน้ากาก	[หน้า-กาก]	面具
หน้าด้าน	[หน้า-ด้าน]	厚臉皮
หน้าตา	[หน้า-ตา]	面貌
หน้าต่าง	[หน้า-ต่าง]	窗戶
หน้าที่	[หน้า-ที่]	職務；任務
หน้าฝน	[หน้า-ฝน]	雨季
หน้าร้อน	[หน้า-ร้อน]	夏天
หน้าหนาว	[หน้า-หนาว]	冬天
หน้าแล้ง	[หน้า-แล้ง]	乾季
หน้าไหว้หลังหลอก	[หน้า-ไหว้-หลัง-หลอก]	陽奉陰違
หนีภาษี	[หนี-พา-สี]	逃漏稅
หนีโรงเรียน	[หนี-โรง-เรียน]	逃學
หนุนหลัง	[หนุน-หลัง]	墊背；作後盾

หนุ่มสาว	[หนุ่ม-สาว]	男女青年
หมดจด	[หมด-จด]	潔白無瑕
หมดตัว	[หมด-ตัว]	傾家蕩產
หมดหวัง	[หมด-หวัง]	絕望
หมดอายุความ	[หมด-อา-ยุ-ความ]	失去時效
หมวดหมู่	[หมวด-หมู่]	類別
หมอดู	[หมอ-ดู]	算命師
หมอนวด	[หมอ-นวด]	按摩師
พ่อมดหมอผี	[พ่อ-มด-หมอ-ผี]	巫醫
หมั่นเรียน	[หมั่น-เรียน]	勤奮學習
หมั่นไส้	[หมั่น-ไส้]	討厭
หมาเห่าไม่กัด	[หมา-เห่า-ไม่-กัด]	（喻）虛張聲勢的人
หมายความ	[หมาย-ความ]	表明；意味著
หมายจับ	[หมาย-จับ]	逮捕令
หมายเลข	[หมาย-เลก]	號碼
หมุนเวียน	[หมุน-เวียน]	循環
หมูไปไก่มา	[หมู-ไป-ไก่-มา]	以物易物
หมูยอ	[หมู-ยอ]	一種越南式香腸
หมูย่าง	[หมู-ย่าง]	烤豬
หมูหยอง	[หมู-หยอง]	豬肉鬆
หมูแฮม	[หมู-แฮม]	火腿
หมู่บ้าน	[หมู่-บ้าน]	村莊；社區

หย่าร้าง	[หย่า-ร้าง]	離婚
หยิบยก	[หยิบ-ยก]	拿起
หยุดงาน	[หยุด-งาน]	（工廠、機關等）放假
หยุดเรียน	[หยุด-เรียน]	停課；休學
หรูหรา	[หรู-หรา]	艷麗、華麗
หลงเชื่อ	[หลง-เชื่อ]	誤信
หลงทาง	[หลง-ทาง]	迷路
หลงใหล	[หลง-ใหล]	沉迷
หลบหน้า	[หลบ-หน้า]	躲藏
หลบหนี	[หลบ-หนี]	逃跑
หล่อเลี้ยง	[หล่อ-เลี้ยง]	滋養
หลอกลวง	[หลอก-ลวง]	欺騙
หลอดไฟ	[หลอด-ไฟ]	燈泡
หลักการ	[หลัก-การ]	原則
หลักฐาน	[หลัก-ถาน]	證據
หลักสูตร	[หลัก-สูด]	教程
หลังคา	[หลัง-คา]	屋頂
หลังยาว	[หลัง-ยาว]	懶惰
หลับตา	[หลับ-ตา]	閉眼
หลานชาย	[หลาน-ชาย]	侄兒
หลีกเลี่ยง	[หลีก-เลี่ยง]	避免
หวังดี	[หวัง-ดี]	出於善意

หวั่นไหว	[หวั่น-ไหว]	震驚
หวาดเสียว	[หวาด-เสียว]	驚險
หว่านพืชหวังผล	[หว่าน-พืด-หวัง-ผน]	播種望收成（比喻行善以換取利益）
เหนียวแน่น	[เหนียว-แน่น]	牢固
เหมาะสม	[เหมาะ-สม]	合適
เหมืองแร่	[เหมือง-แร่]	礦坑
เหมือนกัน	[เหมือน-กัน]	相同
เหยียดหยาม	[เหยียด-หยาม]	侮辱
เหยียบย่าง	[เหยียบ-ย่าง]	踏上
เหรียญตรา	[เหรียน-ตรา]	勳章
เหลวไหล	[เหลว-ไหล]	荒唐的
เหล่าทัพ	[เหล่า-ทับ]	軍種
เหล้าดอง	[เหล้า-ดอง]	藥酒
เหลือกินเหลือใช้	[เหลือ-กิน-เหลือ-ใช้]	食用有餘
เหลือเชื่อ	[เหลือ-เชื่อ]	難以置信
เหลือเฟือ	[เหลือ-เฟือ]	富餘
หนังสือเดินทาง	[หนัง-สือ-เดิน-ทาง]	護照

【二】　　　🔊 074 4:36

อยากได้	[อยาก-ได้]	想要
อยากรู้อยากเห็น	[อยาก-รู้-อยาก-เห็น]	好奇

อย่างเดียวกัน	[อย่าง-เดียว-กัน]	同樣
อย่างน้อย	[อย่าง-น้อย]	至少
อย่างนั้น	[อย่าง-นั้น]	那樣
อย่างนี้	[อย่าง-นี้]	這樣
อย่างไร	[อย่าง-ไร]	怎樣
อยู่ดีกินดี	[อยู่-ดี-กิน-ดี]	豐衣足食
อยู่เย็นเป็นสุข	[อยู่-เย็น-เป็น-สุก]	安居樂業
กำเนิด	[กำ-เหนิด]	出生
กิเลส	[กิ-เหลด]	慾望
ตลอดคืน	[ตะ-หลอด-คืน]	整夜
ตลอดวัน	[ตะ-หลอด-วัน]	整天
ตลอดทาง	[ตะ-หลอด-ทาง]	一路上
ตลาดค้าหุ้น	[ตะ-หลาด-ค้า-หุ้น]	證券交易所
ตลาดเงิน	[ตะ-หลาด-เงิน]	金融市場
ตลาดนัด	[ตะ-หลาด-นัด]	市集
ตลาดมืด	[ตะ-หลาด-มืด]	黑市
ตลาดน้ำ	[ตะ-หลาด-น้ำ]	水上市場
ตำรวจชายแดน	[ตำ-หรวด-ชาย-แดน]	邊防員警
ตำรวจทางหลวง	[ตำ-หรวด-ทาง-หลวง]	公路員警
ตำรับตำรา	[ตำ-หรับ-ตำ-รา]	典籍；教科書
บัญญัติ	[บัน-หยัด]	章程；法規
บุรุษ	[บุ-หรุด]	男子

| ปลัดจังหวัด | [ปะ-หลัด-จัง-หวัด] | 副府伊 |
| ปลัดอำเภอ | [ปะ-หลัด-อำ-เพอ] | 副縣長 |

【三】　　　　　　　　　　　　　　🔊 074 5:54

ขนมเค้ก	[ขะ-หนม-เค้ก]	蛋糕
ขนมจีน	[ขะ-หนม-จีน]	（泰式）米線
ขนมปัง	[ขะ-หนม-ปัง]	麵包
ขยันขันแข็ง	[ขะ-หยัน-ขัน-แข็ง]	勤奮
ขยันหมั่นเพียร	[ขะ-หยัน-หมั่น-เพียน]	刻苦努力
ขยายความ	[ขะ-หยาย-ความ]	解釋；發揮
ขยายตัว	[ขะ-หยาย-ตัว]	發展；膨脹
ขยะแขยง	[ขะ-หยะ-ขะ-แหยง]	嫌惡
ฉลองวันชาติ	[ฉะ-หลอง-วัน-ชาด]	慶祝國慶
หูฉลาม	[หู-ฉะ-หลาม]	（鯊魚）魚翅
ฉวัดเฉวียน	[ฉะ-หวัด-ฉะ-เหวียน]	盤旋；遊蕩
ถนนหนทาง	[ถะ-หนน-หน-ทาง]	道路
ถวายบังคม	[ถะ-หวาย-บัง-คม]	（對國王）行禮
สงบศึก	[สะ-หงบ-สึก]	停戰
สง่างาม	[สะ-หง่า-งาม]	俊麗
สนมเอก	[สะ-หนม-เอก]	貴妃
สลากกินแบ่ง	[สะ-หลาก-กิน-แบ่ง]	（政府發行的）彩票
สนับสนุน	[สะ-หนับ-สะ-หนุน]	支持；贊助

สนามบิน	[สะ-หนามอบิน]	機場
สนามแม่เหล็ก	[สะ-หนาม-แม่-เหล็ก]	磁場
สนามหลวง	[สะ-หนาม-หลวง]	王家廣場
สมัครงาน	[สะ-หมัก-งาน]	求職
สมัครใจ	[สะ-หมัก-ใจ]	自願
สมัครเล่น	[สะ-หมัก-เล่น]	業餘的
สมัยก่อน	[สะ-หมัย-ก่อน]	以前
สมัยโบราณ	[สะ-หมัย-โบ-ราน]	古代
สมัยใหม่	[สะ-หมัย-ใหม่]	現代
สมุดบัญชี	[สะ-หมุด-บัน-ชี]	帳簿
สมุดบันทึก	[สะ-หมุด-บัน-ทึก]	筆記本
สมุนไพร	[สะ-หมุน-ไพร]	草藥
สยามรัฐ	[สะ-หยาม-รัด]	暹羅國
สว่างไสว	[สะ-หว่าง-สะ-ไหว]	輝煌的；光明的
สลับซับซ้อน	[สะ-หลับ-ซับ-ซ้อน]	複雜的
สำเร็จรูป	[สำ-เหร็ด-รูป]	現成的
สละสลวย	[สะ-หละ-สะ-หลวย]	雅致的
สวัสดี	[สะ-หวัด-ดี]	你好（問候用語）

【四】　　　　　　　　　　　　　🔊 074 7:55

อธิการ	[อะ-ทิ-กาน]	權利；統治
อธิบดี	[อะ-ทิ-บอ-ดี]	司長；院長

อธิบาย	[อะ-ทิ-บาย]	解釋
อธิปไตย	[อะ-ทิ-ปะ-ไต]	主權
อนาคต	[อะ-นา-คด]	未來
อนาจาร	[อะ-นา-จาน]	猥褻
อนามัย	[อะ-นา-มัย]	衛生
อนุปริญญา	[อะ-นุ-ปะ-ริน-ยา]	專科畢業學位
อนุบาล	[อะ-นุ-บาน]	照顧、看護（幼苗）；幼稚園
อนุมัติ	[อะ-นุ-มัด]	批准
เจริญก้าวหน้า	[จะ-เริน-ก้าว-หน้า]	進步
เจริญรุ่งเรือง	[จะ-เริน-รุ่ง-เรือง]	繁榮昌盛
เจริญอาหาร	[จะ-เริน-อา-หาน]	增進食慾；食慾旺盛
เชลยศึก	[ชะ-เลย-สึก]	戰俘
ทนายความ	[ทะ-นาย-ความ]	律師
ธนาคาร	[ทะ-นา-คาน]	銀行
นวนิยาย	[นะ-วะ-นิ-ยาย]	小說
พญาไท	[พะ-ยา-ไท]	舊時對高級僧長的稱呼
พนักงาน	[พะ-นัก-งาน]	職員
พยานหลักฐาน	[พะ-ยาน-หลัก-ถาน]	證據
พยาบาล	[พะ-ยา-บาน]	護理；看護
พยายาม	[พะ-ยา-ยาม]	盡量、盡力
มหายาน	[มะ-หา-ยาน]	大乘佛教
มหาราช	[มะ-หา-ราด]	大帝

มโหพาร	[มะ-โห-ลาน]	盛大的、隆重的
แมลงปอ	[มะ-แลง-ปอ]	蜻蜓
แมลงวัน	[มะ-แลง-วัน]	蒼蠅
ขบวนการ	[ขะ-บวน-กาน]	（政治等的）運動
ฉบับพิเศษ	[ฉะ-บับ-พิ-เสด]	特刊
เฉพาะอย่างยิ่ง	[ฉะ-เพาะ-อย่าง-ยิ่ง]	尤其是
ผจญภัย	[ผะ-จน-พัย]	探險
ผสมผสาน	[ผะ-สม-ผะ-สาน]	點滴積蓄；結合
สบายใจ	[สะ-บาย-ใจ]	心情舒暢
สบู่หอม	[สะ-บู่-หอม]	香皂
สภากาชาด	[สะ-พา-กา-ชาด]	紅十字會
สมาชิกสภา	[สะ-มา-ชิก-สะ-พา]	議員
สมาคม	[สะ-มา-คม]	協會
สโมสร	[สะ-โม-สอน]	俱樂部
สโลแกน	[สะ-โล-แกน]	口號

三 朗讀並抄寫下列句子。　　　　　　　　　　　🔊 075

1. ขยัน ประหยัด เราจะสบายในอนาคต
2. ขนมนี้ซื้อที่ไหนเหรอ ทั้งหวาน ทั้งหอม อร่อยมาก
3. ขอบคุณที่สนับสนุนมอบสนามฟุตบอลให้โรงเรียน
4. วันนี้ไม่สบายหรือเปล่า หน้าตาดูหม่นหมองมาก
5. แผ่นดินไหวครั้งใหญ่ถล่มทับบ้านเรือนมีผู้เสียชีวิตนับหมื่น

เหลือเพียงซากปรักหักพัง

6. เส้นทางสายไหมเป็นเส้นทางการค้าที่สำคัญสายหนึ่งในสมัย โบราณ

7. โรงงานถลุงเหล็กขนาดใหญ่แห่งหนึ่งตั้งอยู่ริมตลิ่งบนถนน หน้าเมืองสมุทรสาคร

8. มีคนถูกทำร้ายจนสลบอยู่ที่สนามกีฬา กว่าจะมีคนมาพบก็จน สว่างแล้ว

9. ผู้ที่ต้องการเป็นอาสาสมัครสอนภาษา ให้ส่งใบสมัครได้ที่ หัวหน้าแผนก สวัสดิการนักศึกษา

10. ต้องใส่หน้ากากป้องกันไข้หวัดสายพันธุ์ใหม่

特殊讀法及
常用符號

一 "รร" 和 "ร" 的特殊讀法

🔊 076

1. "รร"（ ร หัน ）的讀音

① "รร" 單獨做母音時，前面的 "ร" 看作短音 "◌ั" [a]，後面的 "ร" 看作尾音 "แม่ กน" [n]。如：

| จรรยา | 讀作 ▶ | จัน-ยา | บรรจุ | 讀作 ▶ | บัน-จุ |
| บรรดา | 讀作 ▶ | บัน-ดา | พรรยา | 讀作 ▶ | พัน-ยา |

② "รร" 後面有子音做尾音時，"รร" 看作短音 ◌ั [a]。如：

| กรรม | 讀作 ▶ | กัม | พรรณ | 讀作 ▶ | พัน |
| พรรค | 讀作 ▶ | พัก | สรรพ | 讀作 ▶ | สับ |

2. "ร" 單獨做尾音時，"ร" 看作複音 "-อน" [ɔn]。如：

| มังกร | 讀作 ▶ | มัง-กอน | นคร | 讀作 ▶ | นะ-คอน |
| ละคร | 讀作 ▶ | ละ-คอน | อักษร | 讀作 ▶ | อัก-สอน |

二 特殊母音 ฤ、ฤๅ 的讀音

🔊 077

1. 特殊母音 ฤ 在不同的情況下，有三種讀音，即：ริ 、รึ 和 เรอ，分述如下：

1 ฤ 讀音為 ริ 的情況。

> **❶** 置於音節之首,並有尾音。如:
>
> ฤณ　　　讀作 ▸ ริน　　　　　　ฤทธิ　　讀作 ▸ ริด-ทิ
>
> **❷** 與子音 ก ต ท ป ศ ส 結合為 " ร" 的複子音。如:
>
> กฤษณา 讀作 ▸ กริด-สะ-หนา　　　ตฤตีย 讀作 ▸ ตริ-ตี-ยะ
>
> ทฤษฎี 讀作 ▸ ทริด-สะ-ดี　　　ปฤจฉา 讀作 ▸ ปริด-ฉา
>
> ศฤงคาร 讀作 ▸ สริง-คาน(สิง-คาน) สฤก　 讀作 ▸ สริก(สฺ-ริก)

2 ฤ 讀音為 รึ 的情況。

> **❶** 置於音節之首,並有尾子音。如:
>
> ฤกษณะ 讀作 ▸ รึก-สะ-นะ　　　ฤคเวท 讀作 ▸ รึก-คะ-เวด
>
> **❷** 單獨自成音節,並置於音節之首。如:
>
> ฤชา　　　讀作 ▸ รึ-ชา　　　　ฤดู　　讀作 ▸ รึ-ดู
>
> ฤดี　　　讀作 ▸ รึ-ดี　　　　ฤทัย　讀作 ▸ รึ-ไท
>
> **❸** 與子音 ค น พ ม ห 拼合時。如:
>
> คฤหาสน์ 讀作 ▸ คะ-รึ-หาด　　　นฤมล 讀作 ▸ นะ-รึ-มน
>
> พฤศจิกายน 讀作 ▸ พรึด-สะ-จิ-กา-ยน
>
> มฤค　　　讀作 ▸ มะ-รึก　　　หฤทัย 讀作 ▸ หะ-รึ-ไท

3 ฤ 讀音為 เรอ 的只有一個詞,即:

> ฤกษ์　　　讀作 ▸ เริก

2. ฤๅ 讀音為 รือ ,置於音節前,如:

> ฤๅดี　　　讀作 ▸ รือ-ดี　　　　ฤๅษี　讀作 ▸ รือ-สี

三 常用符號

🔊 078

1. "ﹿ" (ไม้ทัณฑฆาต หรือตัวการันต์) 不發音符號，置於子音字母上方，表示該子音不發音，一般用於梵語、巴利語和英語借詞。如：

> เกณฑ์ 　讀作▸ เกน 　มหัศจรรย์ 　讀作▸ มะ-หัด-สะ-จัน
> ไก๊ด์ 　讀作▸ ไก๊ 　คอมพิวเตอร์ 讀作▸ คอม-พิว-เต๊อ

2. "ๆ" (ไม้ยมก)重複符號或疊音符號，置於某詞或短語之後，表示該詞或短語要重複讀，如：

> เด็กๆ 　　　讀作▸ เด็ก-เด็ก 　บ่อยๆ 　　讀作▸ บ่อย-บ่อย
> แม่เจ้าโว้ยๆ 　讀作▸ แม่เจ้าโว้ย 　แม่เจ้าโว้ย

3. "ฯ" (ไปยาลน้อย) 簡略符號，置於某個詞後面，表示該詞的後面部分的音節或詞被省略。如：

> กรุงเทพฯ 　　讀作▸ กรุง-เทบ 　或 กรุง-เทบ-มะ-หา-นะ-คอน
> พฤหัสฯ 　　讀作▸ พรึ-หัด 　或 พรึ-หัด-สะ-บอ-ดี
> โปรดเกล้าฯ 讀作▸ โปรดเกล้าโปรดกระหม่อม
> ทูลเกล้าฯ 　讀作▸ ทูลเกล้าทูลกระหม่อม
> ข้าฯ 　　　讀作▸ ข้าพเจ้า
> ฯพณฯ 　　讀作▸ พะนะท่าน 　或พะนะหัวเจ้าท่าน

4. "ฯลฯ" (ไปยาลใหญ่) 省略符號，置於句子後，表示省略，相當於中文的"等等"。"ฯลฯ" 讀作 "ละ" "และอื่นๆ" 或讀 "ละถึง"。如：

   1 ในสวนมีสัตว์ต่างๆ เช่น นก หนู หมู เป็ด ฯลฯ

   2 ข้าวรพุทธเจ้า ฯลฯ ดุจถวายชัย ชโย

例句（1）中的ฯลฯ讀 "ละ" "และอื่นๆ"；例句（2）中的ฯลฯ讀 "ละถึง"。

練習

一 拼讀並熟記下列單詞。

【一】 079 0:00

กรรไกร	[gan-grai]	剪刀
จรรยา	[jan-yā]	道德、品行
บรรจง	[bhan-jong]	端正
บรรจบ	[bhan-jop ˇ]	匯合
บรรจุ	[bhan-ju ˇ]	裝、盛
บรรดา	[bhan-dhā]	全部、全體
บรรทัด	[bhan-tat~]	直線
บรรทุก	[bhan-tuk~]	運載
บรรเทา	[bhan-tao]	救濟；減輕（苦痛）
บรรยาย	[bhan-yāi]	陳述
บรรยากาศ	[bhan-ya-gāt ˇ]	氣氛
บรรลุ	[bhan-lu~]	達成
บรรเลง	[bhan-lēng]	演奏
พรรษา	[pan-sā ́]	雨期；年
สรร	[san ́]	挑選
กรรม	[gam]	業；罪惡
ธรรม	[tam]	品德、品行
พรรค	[pak~]	政黨、黨派

วัฒนธรรม	[wat~ta~na~tam]	文化
กรรมการ	[gam-ma~gān]	委員會
สรรพสินค้า	[sap ˇ pa~sin ˊ kā~]	百貨
อวยพร	[ūai-pɔ̄n]	祝福
กรรมกร	[gam-ma~gɔ̄n]	工人
มังกร	[mang-gɔ̄n]	龍
นคร	[na~kɔ̄n]	城市
ละคร	[la~kɔ̄n]	戲劇
อักษร	[ak ˇ sɔ̄n ˊ]	文字

【二】 🔊 079 1:15

อังกฤษ (อัง-กริด)	[ang-grit ˇ]	英國
ทฤษฎี (ทริด-สะ-ดี)	[trit~sa ˇ dhī]	理論
ปฤจฉา (ปริด-ฉา)	[brit ˇ chā ˊ]	疑問
ฤดู (รึ-ดู)	[rœ~dhū]	季節
ฤดี (รึ-ดี)	[rœ~dhī]	高興、喜悅
ฤทัย (รึ-ไท)	[rœ~tai]	心
คฤหบดี (คะ-รึ-หะ-บอ-ดี)	[ka~rœ~ha ˇ bhɔ̄-dī]	富裕的一家之主
คฤหาสน์ (คะ-รึ-หาด)	[ka~rœ~hāt ˇ]	豪宅
นฤมล (นะ-รึ-มน)	[na~rœ~mon]	美女、佳人
พฤศจิกายน (พรึด-สะ-จิ-กา-ยน)	[prœt~sa ˇ ji ˇ gā-yon]	十一月

พฤษภาคม (พรึด-สะ-พา-คม)	[prœt~saˇpā-kom]	五月
หฤทัย (หะ-รึ-ไท)	[haˇrœ~tai]	心臟；心靈
ฤกษ์ (เริก)	[rǝkˋ]	良辰
ฤาษี (รือ-สี)	[rœ̄-sīˊ]	隱士

【三】　　　　　　　　　　　　　🔊 079 1:54

ไก๊ด์	[gai~]	導遊
คอมพิวเตอร์ (คอม-พิว- เต้อ)	[kɔ̄m-piu-dǝ̄ˋ]	電腦
คอร์รัปชั่น	[kɔ̄-rap~chanˋ]	貪污；賄賂
เคราะห์	[krɔ~]	惡運
โชเฟ่อร์	[chō-fǝ̄ˋ]	司機
โชว์	[chō]	展出
ดีไซน์	[dhī-sai]	設計；構思
ซุปเปอร์มาร์เก็ต	[sup~bǝ̄ˋmā-get~]	超市
ซุปเปอร์ไฮเวย์	[sup~bǝ̄ˋhai-wē]	高速公路
ทรัพย์	[sap~]	財物、資產
ทัวร์	[tūa]	旅行、觀光
ทุกข์	[tuk~]	痛苦
เบอร์	[bhǝ̄]	號碼
นิพนธ์	[ni~pon]	著作、作品
บริสุทธิ์	[bhɔ̄-ri~sutˇ]	純淨、純潔
เบียร์	[bhīa]	啤酒

แบงก์	[bhēng~]	銀行；鈔票
ประดิษฐ์	[bra ˅ dhit ˅]	創造
ประยุกต์	[bra ˅ yuk~]	應用
ประสงค์	[bra ˅ song ˊ]	目的
เปอร์เซ็นต์	[bə̄-sen]	百分比
ผลิตภัณฑ์	[pa ˅ lit ˅ da ˅ pan]	產品
พยากรณ์	[pa~yā-gɔ̄n]	預見；預言
พยางค์	[pa~yāng]	音節
พาณิชย์	[pā-nit~]	商業
พาสปอร์ต	[pāt~sa ˅ bɔ̄t ˅]	護照
พิมพ์	[pim]	模子；列印
พิสูจน์	[pi~sūt ˅]	證明
พิพิธภัณฑ์	[pi~pit~ta~pan]	博物館
แพทย์	[pɛ̄t ˋ]	醫生
ฟาร์ม	[fãm]	農場
ฟิล์ม	[fim]	底片
ฟิสิกส์	[fi~sik ˅]	物理
มนุษย์	[ma~nut~]	人類
มหัศจรรย์	[ma~hat ˅ sa ˅ jan]	神奇
วิเคราะห์	[wi~krɔ~]	思考；分析
ไวน์	[wai]	葡萄酒
ศูนย์	[sūn ˊ]	零；中心

สงเคราะห์	[song ⌄ krɔ~]	救濟、資助
สวิตช์	[sa ⌄ wit~]	開關
สัญลักษณ์	[san ⌄ ya~lak~]	象徵
สัตย์	[sat ⌄]	諾言；忠誠
สัตว์	[sat ⌄]	動物
สัมพันธ์	[sam ⌄ pan]	關聯
สัมภาษณ์	[sam ⌄ pāt ⌄]	訪問；面談
สัมฤทธิ์	[sam ⌄ rit~]	合金；完成；成就
สิงห์	[sing ⌄]	獅子
สิทธิ์	[sit ⌄]	權利
เสิร์ฟ	[sə̄p ⌄]	服務；端（菜）
หงส์	[hong ⌄]	鳳凰
อนุเคราะห์	[a ⌄ nu~krɔ~]	救助、援助
อนุรักษ์	[a ⌄ nu~rak~]	保護、維護
อาจารย์	[ā-jān]	（大學）老師，傳授專門技藝的老師
อุปกรณ์	[up ⌄ ba ⌄ gɔ̄n]	器具；材料
แอร์	[ɛ̄]	空調

二 朗讀、抄寫下列詞彙，並借助詞典瞭解其含義。

【一】 🔊 080 0:00

จรรยาแพทย์	[จัน-ยา-แพด]	醫德

บรรณาการ	[บัน-นา-กาน]	貢品
บรรณาธิการ	[บัน-นา-ทิ-กาน]	編者
บรรณานุกรม	[บัน-นา-นุ-กรม]	文獻目錄
บรรณารักษ์	[บัน-นา-รัก]	圖書管理員
ไม้บรรทัด	[ไม้-บัน-ทัด]	尺
รถบรรทุก	[รด-บัน-ทุก]	卡車
บรรเทาทุกข์	[บน-เทา-ทุก]	減輕痛苦
เข้าพรรษา	[เข้า-พัน-สา]	守夏節
ออกพรรษา	[ออก-พัน-สา]	解夏節
สรรพคุณ	[สับ-พะ-คุน]	療效
สรรพสามิต	[สับ-พะ-สา-มิด]	貨物稅
กรรมการผู้จัดการใหญ่	[กำ-มะ-กาน-ผู้-จัด-กาน-ไหย่]	總裁
รัฐธรรมนูญ	[รัด-ทะ-ทำ-มะ-นูน]	憲法
ธรรมเนียม	[ทำ-เนียม]	風俗
ธรรมศาสตร์	[ทำ-มะ-สาด]	法典；法學
ธรรมดา	[ทำ-มะ-ดา]	普通
ธรรมชาติ	[ทำ-มะ-ชาด]	自然
พรรคการเมือง	[พัก-กาน-เมือง]	政黨
พรรคพวก	[พัก-พวก]	幫派
พรรคฝ่ายค้าน	[พัก-ฝ่าย-ค้าน]	反對黨
พรรครัฐบาล	[พัก-รัด-ทะ-บาน]	執政黨

【二】

พรสวรรค์	[พอน-สะ-หวัน]	天賦
คำอวยพร	[คำ-อวย-พอน]	祝詞
กสิกร	[กะ-สิ-กอน]	農人
ไวยากรณ์	[ไว-ยา-กอน]	語法
นครหลวง	[นะ-คอน-หลวง]	首都
ละครพูด	[ละ-คอน-พูด]	話劇
ละครสัตว์	[ละ-คอน-สัด]	馬戲
ฤดูใบไม้ผลิ	[รึ-ดู-ใบ-ไม้-ผลิ]	春季
ฤดูใบไม้ร่วง	[รึ-ดู-ใบ-ไม้-ร่วง]	秋季
ฤดูร้อน	[รึ-ดู-ร้อน]	夏季
ฤดูหนาว	[รึ-ดู-หนาว]	冬季
ทรัพย์สิน	[ซับ-สิน]	財富
ทรัพยากรธรรมชาติ	[ซับ-พะ-ยา-กอน-ทำ-มะ-ชาด]	自然資源
บริษัททัวร์	[บอ-ริ-สัด-ทัว]	旅遊公司
วิทยานิพนธ์	[วิด-ทะ-ยา-นิ-พน]	學術論文
วิทยาศาสตร์ประยุกต์	[วิด-ทะ-ยา-สาด-ประ-ยุก]	應用科學
พิมพ์ดีด	[พิม-ดีด]	打字
แพทย์แผนโบราณ	[แพด-แผน-โบ-ราน]	古式療法的醫生
ฟิล์มขาวดำ	[ฟิม-ขาว-ดำ]	黑白底片
ศูนย์กลาง	[สูน-กลาง]	中心

ศูนย์การค้า	[สูน-กาน-ค้า]	購物中心
ซื่อสัตย์	[ซื่อ-สัด]	忠誠
สัตว์น้ำ	[สัด-น้ำ]	水生動物
สอบสัมภาษณ์	[สอบ-สัม-พาด]	口試

三 朗讀並抄寫下列句子。　　　　　　　　　　🔊 081

1. พ่อแม่แก่แล้ว เขาพาไปที่ศูนย์สงเคราะห์คนชรา

2. ไปพิสูจน์ความมหัศจรรย์ของธรรมชาติที่แสนบริสุทธิ์

3. เวลาสอบเข้าเรียนต้องสอบข้อเขียนและสอบสัมภาษณ์

4. สมเด็จพระเทพฯ โปรดเกล้าฯให้สร้างห้องสมุดในกรุงเทพฯ

5. ฯพณฯ อภิสิทธิ์ เดินทางเยือนปักกิ่ง

6. ในซุปเปอร์มาร์เก็ต มีของขายมากมาย เช่น   ขนม ผลไม้
   ของใช้ เสื้อผ้า เครื่องมือ อุปกรณ์การเกษตร วัสดุตกแต่ง ฯลฯ

7. ฤดูร้อนที่ประเทศไทยร้อนมาก

8. ประเทศจีนมี ๔ ฤดูคือ ฤดูใบไม้ผลิ ฤดูใบไม้ร่วง ฤดูหนาว
   และฤดูร้อน

9. คนไทยนิยมใช้ผลิตภัณฑ์ที่มาจากประเทศจีน

10. ต้องพิสูจน์ให้ได้ว่า มีคนป่วยเป็นโรคนี้กี่เปอร์เซ็นต์

Lesson >>>

ห้องเรียนของฉัน

🔊 082

ห้องเรียนของฉันมีเพื่อนนักศึกษา ๒๖ คน มีนักศึกษาชายน้อยกว่า
นักศึกษาหญิง นักศึกษาชาย ๗ คน นักศึกษาหญิง ๑๙ คน
    มหาวิทยาลัยของเรามีอาจารย์ทั้งหมด ๙๐๐ กว่าคน   มีนักศึกษา
ทั้งหมด   ๑๙,๐๐๐   กว่าคน มีเนื้อที่กว้างมาก ประมาณ ๑๐ ตาราง
กิโลเมตร

一 คำศัพท์

🔊 083

ห้องเรียน	班級；教室	เพื่อนนักศึกษา	（大學）同學
กว่า	多、餘；比，較	มหาวิทยาลัย	大學
ทั้งหมด	所有，全部	เนื้อที่	土地面積
กว้าง	寬、寬闊	ประมาณ	估計，大約
ตารางกิโลเมตร	平方公里	ร้อย	（數詞）百
พัน	（數詞）千	หมื่น	（數詞）萬
แสน	（數詞）十萬	ล้าน	（數詞）百萬
ร้อยล้าน	（數詞）億		

ข้อสังเกต

1. ห้องเรียนของฉัน

"ของ" 助詞，用於領屬關係。如：

ปากกาของเธอ

คุณแม่ของฉัน

2. มีนักศึกษาชายน้อยกว่านักศึกษาหญิง

① "กว่า" 置於形容詞之後，用於比較性狀和程度或表示具有一定的程度。此類的詞較多。如：ดีกว่า มากกว่า สวยกว่า ใหญ่กว่า ต่ำกว่า 等，舉例句如下：

ไปกินข้าวดีกว่า

ครูเหมือนคนจีนมากกว่าคนจีน

ลายมือของคุณหวางสวยกว่าเพื่อน

② "กว่า" 置於數詞和量詞之後，表示不確定的零數。如：

มีอาจารย์ทั้งหมด ๘๐๐ กว่าคน

๔ เดือนกว่า

บ่ายโมงกว่า

③ "กว่า" 置於數詞之前，表示"超過"。如：

อายุ กว่า ๖๐ปีแล้ว

มีประชากรกว่า ๖๐ ล้านคน

มีอักษรกว่าสามหมื่นตัว

練習

一 把下列句子翻譯成泰語。

1. 我的父親

2. 我們的老師

3. 他比你高。

4. 我比她胖。

5. 小趙比我小五歲。

6. 今天比較冷。

7. 我比較喜歡打籃球。

8. 一個多月

9. 她穿紅色衣服比較好看。

10. 我校有80多名學生學習泰語。

11. 泰國土地面積51萬平方公里，人口6千多萬。

12. 我們班60%的同學是少數民族。

二 朗讀下列數位。

1. 101	6. 3,200
2. 110	7. 543,210
3. 120	8. 32,165,491
4. 2,001	9. 40%
5. 2,100	10. 70.35%

三 朗讀並翻譯下列句子。 🔊 084

1. ประเทศจีนมีเนื้อที่ ๘,๖๐๐,๐๐๐ ตารางกิโลเมตร มีประชากร
   ๑,๓๐๐,๐๐๐,๐๐๐ คน

2. ในประเทศไทยเมืองที่มีประชากรอาศัยอยู่มากที่สุดคือ
   กรุงเทพมหานคร ๕,๗๐๐,๐๐๐ กว่าคน

3. ประเทศพม่ามีเนื้อที่ ใหญ่กว่าประมาณ ๑.๓ เท่า

4. คนไทยประมาณ ๙๕.๕๖ % นับถือศาสนาพุทธ

5. ทะเบียนรถของฉันคือ สห 8364

6. หมายเลขโทรศัพท์ของเขาคือ ๐๘๕-๖๐๒๐๓๐๘

四 泰文數字書寫筆順

เลขไทย ๑ ๒ ๓ ๔ ๕ ๖ ๗ ๘ ๙ ๐

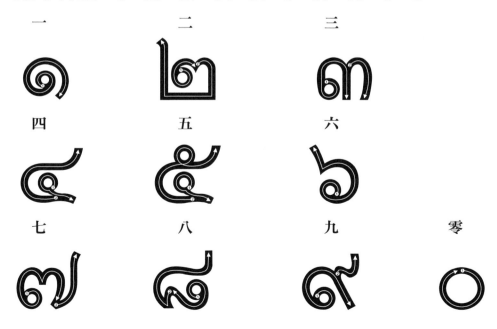

一	二	三
四	五	六
七	八	九	零

Lesson >>>

วันนี้เป็นวันอาทิตย์

🔊 085

    ฉันชื่อสมใจ วันนี้เป็นวันจันทร์   ฉันมีเรียนตอนเช้า จึงต้องตื่น
นอนตั้งแต่ ๖ โมงเช้า เพราะบ้านของฉันอยู่ไกล ต้องใช้เวลาเดินทาง
ประมาณ ๑ ชั่วโมงครึ่งจึงจะถึง   ฉันใช้เวลาอาบน้ำแต่งตัวครึ่งชั่วโมง
แล้วก็ขี่จักรยานไปโรงเรียน ฉันใช้เวลา ๑ ชั่วโมง ก็ถึงแล้ว เพราะวัน
นี้รถไม่ติด และฉันก็ปั่นจักรยานเร็วกว่าเดิมด้วย   ก็เลยไปถึงโรงเรียน
ก่อนเวลาครึ่งชั่วโมง   ฉันไปกินข้าวเช้าที่โรงอาหารประมาณ ๒๐ นาที
แล้วก็รีบเข้าห้องเรียนทบทวนบทเรียน   รอตั้งชั่วโมงครึ่งแล้วยังไม่เห็น
มีเพื่อนๆมา อาจารย์ก็ไม่มา   ฉันก็อ่านหนังสือรอไปเรื่อย ๆ จนเวลา
ผ่านไปเกือบ ๒ ชั่วโมงแล้ว ฉันแปลกใจว่าทำไม ไม่มีใครมา   ก็เลย
โทรศัพท์ไปถามเพื่อน ว่าทำไมไม่มีใครมาเรียน เพื่อนฉันยังไม่ตื่นเลย
ฉันยังว่าเพื่อนว่า รู้ไหมว่ากี่โมงแล้ว ทำไมตั้ง ๙ โมงแล้วยังมัวนอนตื่น
สายอยู่อีก ไม่มาเรียนหรือไง เพื่อนบอกว่า "วันนี้วันอาทิตย์" ฉันมอง
ไปนอกห้องเรียนในโรงเรียนไม่มีใครเลยซักคน   ที่แท้ฉันก็จำวันผิด
นี่เอง ต้องเสียเวลาขี่จักรยานกลับบ้านอีก ๑ ชั่วโมง

คำศัพท์

🔊 086

ฉัน	我	ตอนเช้า	早上
ตื่น	醒	ชั่วโมง	小時、鐘點
ขี่	騎	ปั่น	（俚語）踩（自行車）

ทบทวนบทเรียน	複習功課	เกือบ	快要、將近
แปลกใจ	詫異、驚奇	มัวนอนตื่นสาย	只顧著睡懶覺
โมง	點、點鐘	นาที	分、分鐘
วินาที	秒、秒鐘	วันจันทร์	星期一
วันอังคาร	星期二	วันพุธ	星期三
วันพฤหัสฯ	星期四	วันศุกร์	星期五
วันเสาร์	星期六	วันอาทิตย์	星期日

二、ข้อสังเกต

1. รอตั้งชั่วโมงครึ่งแล้ว

"ตั้ง" 形容詞，表示時間長久，數量多，相當於中文 "整整"，
"幾乎" 和 "好多" 的意思。 如：
รอตั้งสามชั่วโมงแล้ว
มาตั้งแต่เช้าแล้ว
ที่นี่เรียนภาษาไทยตั้งหลายคน

2. โทรศัพท์ไปถามเพื่อน

"โทรศัพท์" 作動詞，打電話，口語常簡說為 "โทร." 。如：
พรุ่งนี้แปดโมงเช้าโทร.หาอาจารย์ด้วย
ถึงบ้านแล้วโทร.บอกด้วย
โทร.มาปลุกฉันด้วยนะ

3. ฉันยังว่าเพื่อนว่า

第一個 ว่า 是 "責備、批評" ，第二個ว่า 是 "說" 。如：
อาจารย์ยังว่าฉันว่าไม่ขยันเรียน

เพื่อนๆว่าฉันว่าเป็นคนที่ไม่ชอบกินผลไม้
แม่ว่าฉันว่านอนทั้งวัน ไม่อ่านหนังสือ

4. ยังมัวนอนตื่นสายอยู่

"ยัง...อยู่" 表示動作和狀態持續不變，相等於中文的 "還" 或 "還在"。如：

ยังแต่งตัวอยู่
ยังกินข้าวอยู่
ยังเรียนอยู่

5. ในโรงเรียนไม่มีใครเลยซักคน

"ซัก" 表示對數量、時間不很精確的估計。如：

เจอกันซักบ่ายโมงได้ไหม
ขอยืมเงินซักสองร้อยได้ไหม
ใช้เวลาซักสองปีได้ไหม

✎ 練習

一 把下列句子翻譯成泰語。

　　1. 他還在工作。

　　2. 她還在鍛鍊身體。

　　3. 這裏離城40公里左右。

　　4. 小明大概20歲。

　　5. 明天下午你有時間嗎？一起吃飯好嗎？

　　6. 你下午四點半去圖書館找我。

　　7. 我明天晚上八點四十五分的飛機，你能送我嗎？

　　8. 星期三的泰語課是幾點？

　　9. 星期六你打電話給我。

　　10. 星期一中午十二點半在校門口見面。

二 寫出下列時間的（兩種）讀法。

1. 09.50น.	5. 17.30น.
2. 12.30น.	6. 18.00น.
3. 15.45น.	7. 18.30น.
4. 17.00น.	8. 22.25น.

三 朗讀並翻譯下列句子。　　　　　　　　　　　🔊 087

1. เมื่อวานคุณเข้านอนกี่โมง

2. วันเสาร์อาทิตย์คุณตื่นนอนกี่โมง

3. พรุ่งนี้คุณมีเรียนภาษาไทยไหม

4. ตอนบ่ายเริ่มเรียนกี่โมง

5. คุณมีเรียนภาษาไทยวันไหนบ้าง

6. กลางคืนคุณอ่านหนังสือทำการบ้านถึงกี่โมง

7. ขอโทษครับ ตอนนี้กี่โมงแล้ว   ตอนนี้ ๘ โมง ๔๕
   นาทีค่ะ

8. ฉันมีธุระนิดหน่อย คุณไปก่อนเถอะ ฝากบอกอาจารย์
   ด้วยว่าฉันจะไปสายซัก ๑๐ นาที

16 เรียนในเมืองไทย

🔊 088

    สถานศึกษาของประเทศไทยมีกำหนดเวลาปิดเปิดเรียนต่างกับของ ประเทศจีน ของประเทศไทยแบ่งเป็นภาคเรียนที่ ๑ และภาคเรียนที่ ๒ ภาคเรียนที่ ๑ เริ่มตั้งแต่ เดือนมิถุนายนของทุกปี ไปจนถึงเดือนกันยายน ตลอดเดือนตุลาคม ปิดเทอมเล็ก ๑ เดือน เริ่มภาคเรียนที่ ๒ (เทอม ที่สอง)เดือนพฤศจิกายนไปจนถึงเดือนมีนาคมปีต่อไป ก็จะปิดเทอม ใหญ่ ๓ เดือน การปิดเทอมใหญ่ ๓ เดือนนี้ เรียกว่าปิดภาคฤดูร้อน หรือเรียกชื่อเป็นภาษาอังกฤษว่า ซัมเมอร์ ในซัมเมอร์นี้ นักศึกษาไทย จะปิดเทอม ๓ เดือน บางส่วนไปเรียนพิเศษต่างประเทศ บางส่วนไป หางานทำเพื่อช่วยเหลือครอบครัว ส่วนอาจารย์ในมหาวิทยาลัยยังต้อง ไปทำงานตามปกติ

    ในปฏิทินมีสองสีคือ สีน้ำเงิน (หรือสีดำ) กับสีแดง วันจันทร์ถึง วันศุกร์เป็นวันธรรมดา คือวันทำงานจะเป็นวันสีน้ำเงิน ส่วนวันเสาร์ และวันอาทิตย์เป็นวันหยุดราชการเป็นสีแดง ถ้าวันหยุดสำคัญทาง ศาสนาหรือเทศกาลตรงกับวันธรรมดา วันนั้นก็จะเป็นสีแดงด้วยเช่น กัน การทำงานจะเริ่มงานตั้งแต่ ๘.๓๐น. ถึงเที่ยง พัก ๑ ชั่วโมงให้ รับประทานอาหารเที่ยง แล้วเริ่มทำงานบ่ายโมงตรงไปจนถึงสี่โมงครึ่ง ก็เลิกงานนอกจากนี้ประเทศไทยยังมีวันหยุดติดต่อกันหลาย ๆ วันหลาย ช่วง ที่วันสำคัญคือ วันขึ้นปีใหม่ไทย หรือเรียกว่าวันสงกรานต์ มีวัน หยุดตั้งแต่วันที่ ๑๓ ถึงวันที่ ๑๕ เมษายน ถ้าวันหยุดตรงกับวันธรรมดา ก็โชคดีได้หยุดติดต่อกับวันเสาร์อาทิตย์รวมเป็น ๕ วัน เป็นวันหยุดยาว

คำศัพท์

🔊 089

สถานศึกษา	學校（統稱）	สามเดือนก่อน	三個月前
ประเทศ	國家	กำหนด	規定
เทอม	（term）學期	ภาคเรียน	學期
ปฏิทิน	日曆	ซัมเมอร์ （summer）	暑假
วันหยุด	假日	ธรรมดา	普通、一般
สำคัญ	重要、主要	วันหยุดราชการ	法定假日
เทศกาล	節日；節慶	ศาสนา	宗教
รับประทาน	吃（文雅）	ทำงาน	工作
วันสงกรานต์	宋干節	เลิกงาน	下班
（泰民族新年，又稱"潑水節"）		วันหยุดยาว	長假
โชคดี	好運氣、走運	กุมภาพันธ์	二月
มกราคม	一月	เมษายน	四月
มีนาคม	三月	มิถุนายน	六月
พฤษภาคม	五月	สิงหาคม	八月
กรกฎาคม	七月	ตุลาคม	十月
กันยายน	九月	ธันวาคม	十二月
พฤศจิกายน	十一月	เดือนหน้า	下個月
เดือนนี้	這個月	ต้นเดือน	月初
เดือนที่แล้ว	上個月	ปลายเดือน	月底
กลางเดือน	月中		

ข้อสังเกต

1. สถานศึกษาของประเทศไทยมีกำหนดเวลาปิดเปิดเรียนต่างกับ
   ของประเทศจีน

   "ต่าง" 表示區別、有別之意。如：
   อากาศของประเทศไทยต่างกับประเทศจีน
   ภาษาไทยต่างกับภาษาอังกฤษ
   ฤดูร้อนต่างกับฤดูฝน

2. ภาคเรียนที่1   เริ่มตั้งแต่เดือนมิถุนายนของทุกปี ไปจนถึงเดือน
   กันยายน

   "เริ่มตั้งแต่" 表示時間的起點 ; "ไปจนถึง" 表示時間的截止。
   เริ่มตั้งแต่... ไปจนถึง...(เริ่ม... ถึง หรือ เริ่ม... ไปจนถึง)

   相當於中文的 "自……起至……止"。 如：
   เริ่มเรียนตั้งแต่แปดโมงเช้าไปจนถึงเที่ยง
   เริ่มทำงานตั้งแต่แปดโมงครึ่งไปจนถึงสี่โมงครึ่ง
   เริ่มออกเดินทางตั้งแต่เช้าไปจนถึงเย็น

3. วันจันทร์ถึงวันศุกร์เป็นวันธรรมดา คือวันทำงาน

   "วันธรรมดา" 指普通工作日

✎ 練習

一 把下列句子翻譯成泰語。

1. 這個月是幾月？

2. 我們下個月去泰國讀書。

3. 他大概這個月底回中國。

4. 10月10日是國慶日。

5. "潑水節" 長假，我們放7天的假。

6. 今年的農曆春節是2月7號。

7. 我們學校7月15號放暑假，8月29號註冊報到，9月1號正式上課。

8. 期中考試在下個月星期二舉行。

9. 上周星期六我們去芭達雅遊玩了。

10. 一學期有18周。

二 朗讀並翻譯下列句子。 🔊090

1. คุณหลี่จะกลับเมืองจีนเมื่อไหร่

2. เดือนนี้คือเดือนกันยายน

3. เดือนหน้าผมจะกลับเมืองจีน

4. เมื่อสองเดือนก่อนฉันไปเมืองจีน

5. เดือนหน้าเปิดเทอมแล้ว

6. คุณเกิดเดือนอะไร

7. ปลายเดือนนี้ครูจะไปประชุมสัมมนางานวิชาการต่างจังหวัด

8. ช่วงกลางเดือนกุมภาพันธ์ผมไม่อยู่นะครับ   ผมจะไปอเมริกา
   ซักสองสามอาทิตย์
9. ผมมาคราวหน้าจะอยู่ที่เมืองไทยประมาณสองเดือน
10. อยู่นานกว่านั้นอีกเดือนสิครับ   จะได้เล่นน้ำสงกรานต์   ช่วง
    กลางเดือนเมษายน

三 討論並回答問題。

1. วันหยุดสำคัญของประเทศไทยมีวันอะไรบ้าง และหยุดกี่วัน
2. วันหยุดสำคัญของประเทศจีนมีวันอะไรบ้าง และหยุดกี่วัน
3. นักเรียนในประเทศไทยมีเวลาหยุดปิดเทอมกี่ครั้ง ครั้งละ
   นานเท่าไหร่
4. สถานศึกษาของประเทศไทยมีกำหนดเวลาปิดเปิดเรียน
   อย่างไร
5. เทอมที่หนึ่งเรามีเรียนกี่สัปดาห์
6. คำลงท้ายชื่อเดือน "คม" "ยน" "พันธ์" หมายความว่าอะไร

練習 翻譯・解答

Lesson 1 單母音（1）和中子音

P.26

四 朗讀並抄寫下列句子

1. บิดาดุอา
   父親兇叔父

2. อาตีปู
   叔父打螃蟹

3. บิดาจะตีกา
   父親要打烏鴉

4. อาจะดูอีกา
   叔父要看烏鴉

5. อากะตาไปดูปู
   叔父跟外公去看螃蟹

Lesson 2 單母音（2）和雙母音

P.34

四 朗讀並抄寫下列句子

1. บัวกอโตโต
   大大的蓮叢

2. อากะตาไปดูแกะ
   叔父跟外公去看綿羊

3. อาเตะปู บิดาเตะอา
   叔父踢螃蟹，父親踢叔父

4. อากะตาไปเจอปอกอโตโต
   叔父跟外公去遇見大大的黃麻叢

5. ตากะบิดาไปเกาะ ไปเจอปูตัวโตโต
   外公跟父親去島，去遇見大隻的螃蟹

Lesson 3 特殊母音

P.39

四 朗讀並抄寫下列句子

1. อาไม่ให้เอาใบปอไปใส่ในเตา
   叔父不讓拿黃麻葉去放在爐裡

2. อาเอาใบบัวไปตำเบาเบา
   叔父拿蓮葉去輕輕地搗

3. บิดาใจดำ เอาปูไปตำ
   父親心黑，拿螃蟹去搗

4. อาเดาเอาบิดาจะเอาโคตัวโตไปจำนำ
叔父猜想，父親要拿大隻的牛去抵押

5. บิดาใจดำกำเอาใบปอกอโตไปตีโคตัวโต
父親心黑，握著大叢黃麻葉去打大隻的牛

Lesson 4　聲調

p46

三 朗讀並抄寫下列句子

1. ปู่ ตาเอาตู้ เอาโต๊ะ เอาเก้าอี้เก่าเก่าไปจำนำ
爺爺、外公拿櫃子、拿桌子、拿舊舊的椅子去抵押

2. ปู่เอาปูไปบี้ในกา
爺爺拿螃蟹去水壺裡碾碎

3. ป้าไม่เอาเก้าอี้ตัวเก่าเก่า
姨母不要舊舊的椅子

4. ไก่ป่าดำดำดูเต่าตัวเตี้ยเตี้ย
黑黑的山雞看矮矮的烏龜

5. ดูดีดี โต๊ะตัวต่ำๆ
好好地看矮矮的桌子

Lesson 5　高子音

p.54

五 朗讀並抄寫下列句子

1. ปู่ขอให้อาเอาเสื่อไปปู
爺爺要求叔父拿草蓆去鋪

2. เสือตัวโตโตสีอะไร
　大大隻的老虎什麼顏色？

3. ผีเสื้อสีใสใสเกาะเสื้อสีดำดำ
　顏色清亮的蝴蝶停在黑色衣服上

4. ตาเอาข่ามาถูขา อาเอาข่าใส่ไห
　外公拿南薑來塗腳，叔父拿南薑放在罈子裡

5. ถ้าอาผ่าฝี ตาจะไปเฝ้าไข้
　如果叔父膿瘡開刀，外公會去看護

Lesson 6　低子音

P.73

五 朗讀並抄寫下列句子

1. เวลาเช้าเช้า มาให้ไวไว
　早早的時候，快快來

2. พี่พาผมไปเล่นที่ท่าน้ำ
　兄姐帶我去河邊碼頭玩

3. แม่และพ่อพาตาไปหาป้าที่ไร่เงาะ
　媽媽跟爸爸帶外公去紅毛丹園找姑母

4. ถ้าเมาเรือให้หายาแก้เมามาไว้ในเรือ
　如果暈船，就找暈船藥來放在船上

5. แต่ละปีพี่จะซื้อม้ามาสี่ห้าตัว
　每年，兄姐會買四、五隻馬來

6. น้ำและไฟฟ้ามีราคา ใช้ให้รู้ค่า
　水跟電有價值，應該珍惜地使用

7. รู้อะไร ไม่สู้รู้วิชา
　　知道什麼，都比不上有知識

8. ผู้นำที่ดีนำน้ำไปใส่ในนา
　　好的領導者，引水到田裡

9. แม่ค้าไม่รู้ว่าที่นี่มีรูรั่ว
　　女商販不知道這裡有漏洞

10. เนื้อมีเชื้อราไม่น่ากิน
　　肉有發霉不應該吃

Lesson 7　泰語清尾音（1）

P.98

四 朗讀並抄寫下列句子

1. ฟังให้ดี อ่านให้ได้ ว่าคำนี้คืออะไร
　　好好地聽、好好地讀懂這個字是什麼

2. ยังไม่ยืนยันว่าจะขึ้นราคาเมื่อใด
　　還不確定何時要漲價

3. ค่ำคืนมียุงเยอะ กางมุ้งกันยุงให้ดี
　　晚上有很多蚊子，好好地搭好蚊帳

4. วันว่างพากันไปดูวังต้องห้าม
　　有空的時候，一起去看紫禁城

5. ชาวนานั่งมองดูข้าวในนา
　　農夫坐著看田裡的稻米

6. วันนี้วันว่าง เวลาเย็นไปกินข้าวที่ร้านริมทาง
　　今天有空，下午去路邊的店吃飯

7. ชาวจีนและชาวไทยหลายคนจูงมือกันไปลงเรือ

好幾個中國人及泰國人手牽手去搭船

8. พี่นั่งนิ่งนิ่งยังไม่คุ้นกับบ้านนี้

兄姐靜靜地坐著，對這個家還不熟

9. คนต่างด้าวตื่นเต้นที่ได้มาดูเรือเก่าแก่

外國人興奮，來看到老舊的船

10. อาไม่ให้ขังช้างไว้ในนา ไม่ให้ขังค้างคาวเอาไว้ในลัง

叔父不允許將大象關在田裡，不允許將蝙蝠關在箱子裡

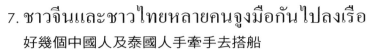

Lesson 8　泰語清尾音（2）

P.119

四 **朗讀並抄寫下列句子**

1. ถ้าจะไปชิงไห่ต้องไปจองตั๋วรถไฟไว้ก่อน

如果要去青海，得先去訂火車票

2. พ่อแม่พากันไปทวงทองคำที่จำนองไว้กับลุง

爸媽一起去跟伯父要回抵押的黃金

3. ไปถึงทางรถไฟแล้วเลี้ยวซ้ายไปทางซอยทุ่งนา

到鐵路後，左轉往農田巷子

4. ซื้อมะม่วงที่แม่ค้าส่งมาจากเมืองไทยกินได้สามมื้อ

跟女商販買從泰國寄來的芒果，可以吃三餐

5. อ่านให้เก่งและอาบน้ำก่อนจึงจะได้เล่นเกม

先讀熟跟洗澡後才能玩遊戲

6. ต้นแตงต้นโตโตเอามาต้มให้เป็นสีแดงแล้วนำมาดื่ม

大大顆的瓜藤，煮成紅色之後再拿來喝

7. พ่อสั่งให้ส่งส้มจากสวนไปสู่บางแสนสามสี่ลัง

爸爸命令從果園送橘子到 BangSaen 三、四箱

8. คนรวยตั้งร้อยคนมาร่วมร้องรำอยู่ริมบึง

上百位富人，一起在湖邊又唱歌又跳舞

Lesson 9 泰語濁尾音（1）

P.143

四 朗讀並抄寫下列句子

1. ฉันต้องการรู้จักคนจีนคนนั้นจัง

我非常想要認識那個華人

2. ฉันเรียนภาษาไทยที่ประเทศจีน

我在中國學習泰語

3. คนไทยนับถือศาสนาพุทธ

泰國人信仰佛教

4. ปีนี้ฉันอายุยี่สิบสามปีแล้ว

今年我已經 23 歲了

5. เมื่อวานโดนสุนัขกัด วันนี้ต้องไปฉีดยา

昨天被狗咬，今天要去打針

6. สองข้างทางมีสินค้ามาวางขายมากมาย

路的兩邊有很多商品販賣

7. เก็บผ้าเข้ามาแล้วพับผ้าเก็บไว้ในตู้ให้ดีดี

衣服收進來後，折好再好好地收在櫃子裡

8. ฉันรู้คำศัพท์หลายคำแล้วแต่เรียงเป็นประโยคไม่ค่อยถูก

我已經知道好幾個單字了，但組成句子不太正確

9. ฉันยังพูดเสียงตัวสะกดแม่ กก กด กบ ไม่ชัด ต้องฝึกฝนเสียงนี้กับอาจารย์ให้มากมาก

我 ก ด บ 的尾音還發不清楚，需要跟老師多多練習這些發音

Lesson 10 泰語濁尾音（2）

p.161-162

四 朗讀並抄寫下列句子

1. ฝึกนับเลขหนึ่งถึงสิบท่องให้จำขึ้นใจ

練習數數字1-10，背到記起來

2. วิทยาการสมัยใหม่ทำให้ชีวิตสะดวกสบายมากขึ้น

新世代的科學讓生活變得更方便更舒適

3. ตื่นเช้ามาวิ่งออกกำลังกายสูดอากาศบริสุทธิ์ทำให้ร่างกายแข็งแรง

早起跑步運動呼吸新鮮的空氣，會使身體強壯

4. การศึกษาคือการทดลอง ความสำเร็จของการศึกษาคือการนำความรู้ไปใช้จริง

學習是嘗試，成功的學習是所學真的能應用

5. หนึ่งปีมีสิบสองเดือน มีห้าสิบสองสัปดาห์ มีสามร้อยหกสิบห้าวัน

一年有12個月，有52週，有365天

6. เครื่องเขียนที่สำคัญที่ต้องเตรียมมีสมุด ปากกา ไม้บรรทัดและยางลบ

所需要準備的重要文具有筆記本、筆、尺及橡皮擦

7. การกินอาหารรสจัด เค็ม และเผ็ด ไม่ดีต่อสุขภาพ

吃重口味、鹹及辣味的食物，對身體不好

8. วันพักผ่อนเสาร์อาทิตย์อยู่บ้านเก็บบ้านทำความสะอาดให้
เรียบร้อย

週末假日在家收拾家裡、打掃清潔得整齊乾淨

9. ก่อนที่จะเดินทางไปต่างประเทศต้องดูให้ดีดีเสียก่อน

要旅行到國外前，應該要先好好做功課

10. ในสวนสาธารณะจะมีป้ายติดเอาไว้ว่าห้ามเดินลัดสนามและ
ห้ามเด็ดดอกไม้

在公園裡會有「禁踩草坪」及「禁止摘花」等牌貼著

Lesson 11 連音

P.178

三 朗讀並抄寫下列句子

1. วันนี้ไม่ได้เอารถมา ฉันขอกลับกับคุณได้ไหม

今天沒有開車來，我可以跟你一起回去嗎？

2. ขอมอบผ้าแพรผืนนี้เป็นของขวัญ　สำหรับมิตรภาพของสอง
ประเทศ

我僅以這塊綢布當作我們兩國友誼的禮物

3. พ่อปลุกฉันแต่เช้าให้เปลี่ยนเสื้อผ้าแล้วไปปลูกกล้วยไม้

爸爸一早叫醒我，叫我換衣服後再去種蘭花

4. นายพรานขี่ควายไปเก็บพริกมาครึ่งครุ

獵人騎著水牛去摘半籃的辣椒來

5. ตอนเที่ยงครึ่งเสียงใครเป่าขลุ่ยอยู่ในครัวเพราะมาก
中午12點半誰在廚房裡吹笛，很好聽

6. นั่งเศร้ามองดูคลื่นสาดซัดหาดทรายขาว
悲傷地坐著看波浪沖著白色沙灘

7. วัวลากเกวียนเดินกวัดแกว่งไปมาอยู่บนถนนริมคลองที่ขรุขระ
牛拉著牛車在運河邊崎嶇不平的路上搖晃地走來走去

8. ครูบอกว่ารอสักครู่ รอให้มาครบกันก่อนแล้วค่อยร้องเพลง
老師說等一下，等全到齊後再唱歌

9. ร้านนี้ ขายผ้า ขายเพชร ขายพลอย ขายแหวน ขายสร้อย และ
เครื่องประดับทุกชนิด
這家店賣布、賣鑽石、賣珠寶、賣戒指、賣項鏈及各種裝飾品

10. อ่านหนังสือเครียดมากไปคาราโอเกะร้องเพลงเพื่อปลด
ปล่อย
讀書心情很緊繃，去KTV唱歌來解放

Lesson 12 前引字

P.197-198

三 朗讀並抄寫下列句子

1. ขยัน ประหยัด เราจะสบายในอนาคต
勤勞、節儉，我們在未來就會輕鬆

2. ขนมนี้ซื้อที่ไหนเหรอ ทั้งหวาน ทั้งหอม อร่อยมาก
這個甜點在哪裡買的？又甜又香很好吃

3. ขอบคุณที่สนับสนุนมอบสนามฟุตบอลให้โรงเรียน
很感謝您出資送足球場給學校

4. วันนี้ไม่สบายหรือเปล่า หน้าตาดูหม่นหมองมาก

今天不舒服嗎？臉色看起來很憂鬱

5. แผ่นดินไหวครั้งใหญ่ถล่มทับบ้านเรือนมีผู้เสียชีวิตนับหมื่น เหลือเพียงซากปรักหักพัง

大地震房屋倒下來，有上萬個人死亡，只剩下廢墟

6. เส้นทางสายไหมเป็นเส้นทางการค้าที่สำคัญสายหนึ่งในสมัย โบราณ

絲綢之路是古代一條重要的貿易路線

7. โรงงานถลุงเหล็กขนาดใหญ่แห่งหนึ่งตั้งอยู่ริมตลิ่งบนถนน หน้าเมืองสมุทรสาคร

一家大型煉鋼廠，座落於龍仔厝府前的岸邊路上

8. มีคนถูกทำร้ายจนสลบอยู่ที่สนามกีฬา กว่าจะมีคนมาพบก็จน สว่างแล้ว

有人被傷害而昏倒在運動場，有人看到的時候已經天亮了

9. ผู้ที่ต้องการเป็นอาสาสมัครสอนภาษา ให้ส่งใบสมัครได้ที่ หัวหน้าแผนก สวัสดิการนักศึกษา

想要當語言教學志工的人，請交報名表給學生福利部的組長

10. ต้องใส่หน้ากากป้องกันไข้หวัดสายพันธุ์ใหม่

要帶口罩避免新型流感病毒

Lesson 13 特殊讀法及常用符號

p209

三 朗讀並抄寫下列句子

1. พ่อแม่แก่แล้ว เขาพาไปที่ศูนย์สงเคราะห์คนชรา
   爸媽老了，他帶去養老院

2. ไปพิสูจน์ความมหัศจรรย์ของธรรมชาติที่แสนบริสุทธิ์
   去體驗全然純淨的大自然的神奇

3. เวลาสอบเข้าเรียนต้องสอบข้อเขียนและสอบสัมภาษณ์
   入學考試時，要考筆試及面試

4. สมเด็จพระเทพฯโปรดเกล้าฯให้สร้างห้องสมุดในกรุงเทพฯ
   詩琳通公主御令在曼谷建圖書館

5. ฯพณฯ อภิสิทธิ์ เดินทางเยือนปักกิ่ง
   阿披實先生 到北京訪問

6. ในซุปเปอร์มาร์เก็ต มีของขายมากมาย เช่น ขนม ผลไม้ ของใช้
   เสื้อผ้า เครื่องมือ อุปกรณ์การเกษตร วัสดุตกแต่ง ฯลฯ
   在超市有賣很多商品，例如：零食、水果、生活用品、服裝、工
   具、農業設備、裝飾品等等

7. ฤดูร้อนที่ประเทศไทยร้อนมาก
   泰國的夏季很熱

8. ประเทศจีนมี ๔ ฤดูคือ ฤดูใบไม้ผลิ ฤดูใบไม้ร่วง ฤดูหนาว
   และฤดูร้อน
   中國有四季 有 春季、秋季、冬季及夏季

9. คนไทยนิยมใช้ผลิตภัณฑ์ที่มาจากประเทศจีน
   泰國人流行用從中國來的產品

10. ต้องพิสูจน์ให้ได้ว่า มีคนป่วยเป็นโรคนี้กี่เปอร์เซ็นต์

必須能夠證明有多少百分比的人患有此病

Lesson 14　ห้องเรียนของฉัน

P.212

一 把下列句子翻譯成泰語

1. 我的父親

พ่อของฉัน

2. 我們的老師

ครูของเรา

3. 他比你高

เขาสูงกว่าคุณ

4. 我比她胖

ฉันอ้วนกว่าเขา

5. 小趙比我小五歲

นายเจ้าเด็กกว่าฉัน 5 ปี

6. 今天比較冷

วันนี้ค่อนข้างหนาว

7. 我比較喜歡打籃球

ฉันชอบเล่นบาสเก็ตบอลมากกว่า

8. 一個多月

1 เดือนกว่า

9. 她穿紅色衣服比較好看

เขาสวมเสื้อสีแดงสวยกว่า

10. 我校有80多名學生學習泰語

โรงเรียนของเรามีนักเรียนเรียนภาษาไทย 80 กว่าคน

11. 泰國土地面積51萬平方公里，人口6千多萬

พื้นที่ประเทศไทยมี 510,000 ตารางกิโลเมตร มีประชากร
60 กว่าล้านคน

12. 我們班60%的同學是少數民族

ห้องเรียนของเรามีนักเรียน 60% เป็นชนกลุ่มน้อย

p.213

三 朗讀並翻譯下列句子

1. ประเทศจีนมีเนื้อที่ ๙,๖๐๐,๐๐๐ ตารางกิโลเมตร มีประชากร
๑,๓๐๐,๐๐๐,๐๐๐ คน

中國土地面積有 960 萬平方公里，人口 13 億

2. ในประเทศไทยเมืองที่มีประชากรอาศัยอยู่มากที่สุดคือ
กรุงเทพมหานคร ๕,๗๐๐,๐๐๐ กว่าคน

泰國人口最多的城市是曼谷，有 570多萬人

3. ประเทศพม่ามีเนื้อที่ ใหญ่กว่าประมาณ ๑.๓ เท่า

緬甸面積大了 1.3 倍

4. คนไทยประมาณ ๙๕.๕๖ % นับถือศาสนาพุทธ

大約 95.56% 的泰國人信仰佛教

5. ทะเบียนรถของฉันคือ สห 8364
我的車牌號碼是สห 8364

6. หมายเลขโทรศัพท์ของเขาคือ ๐๘๕-๖๐๒๐๗๐๘
他的電話號碼是 085-6020708

Lesson 15) วันนี้เป็นวันอาทิตย์

P.217-218

一 **把下列句子翻譯成泰語**

1. 他還在工作
เขายังทำงานอยู่

2. 她還在鍛鍊身體
เขายังออกกำลังกายอยู่

3. 這裏離城40公里左右
ที่นี่ห่างจากในเมืองประมาณ 40 กิโลเมตร

4. 小明大概20歲
เสี่ยวหมิงอายุประมาณ 20 ปี

5. 明天下午你有時間嗎？一起吃飯好嗎？
พรุ่งนี้ตอนเย็นคุณว่างไหม ทานข้าวด้วยกันดีไหม

6. 你下午四點半去圖書館找我
ตอนเย็น 4 โมงครึ่งคุณไปหาฉันที่ห้องสมุด

7. 我明天晚上八點四十五分的飛機，你能送我嗎？
ฉันขึ้นเครื่องคืนพรุ่งนี้ 2 ทุ่ม 45 นาที คุณไปส่งฉันได้ไหม

8. 星期三的泰語課是幾點？
คาบเรียนภาษาไทยวันพุธกี่โมง

9. 星期六你打電話給我

คุณโทรหาฉันตอนวันเสาร์

10. 星期一中午十二點半在校門口見面

เจอกันที่ประตูโรงเรียนตอนวันจันทร์เที่ยงครึ่ง

三 朗讀並翻譯下列句子

1. เมื่อวานคุณเข้านอนกี่โมง

你昨天幾點入睡？

2. วันเสาร์อาทิตย์คุณตื่นนอนกี่โมง

星期六、日你幾點起床？

3. พรุ่งนี้คุณมีเรียนภาษาไทยไหม

你明天有上泰語課嗎？

4. ตอนบ่ายเริ่มเรียนกี่โมง

下午幾點開始上課？

5. คุณมีเรียนภาษาไทยวันไหนบ้าง

你哪幾天有泰語課？

6. กลางคืนคุณอ่านหนังสือทำการบ้านถึงกี่โมง

晚上你讀書、寫作業到幾點？

7. ขอโทษครับ ตอนนี้กี่โมงแล้ว ตอนนี้ ๘ โมง ๔๕ นาทีค่ะ

不好意思 現在幾點了？ 現在9點45分

8. ฉันมีธุระนิดหน่อย คุณไปก่อนเถอะ ฝากบอกอาจารย์ด้วยว่า
ฉันจะไปสายซัก ๑๐ นาที

我有一點事情，你先去吧。幫我跟老師說我會遲到10分鐘

Lesson 16 เรียนในเมืองไทย

P.222-223

一 把下列句子翻譯成泰語

1. 這個月是幾月？
   เดือนนี้คือเดือนอะไร

2. 我們下個月去泰國讀書
   เราไปเรียนที่เมืองไทยเดือนหน้า

3. 他大概這個月底回中國
   เขากลับเมืองจีนประมาณปลายเดือนนี้

4. 10月10日是國慶日
   วันที่ 10 ตุลาคมเป็นวันแห่งชาติ

5. "潑水節" 長假，我們放7天的假
   วันหยุดยาวสงกรานต์ เราหยุด 7 วัน

6. 今年的農曆春節是2月7號
   ตรุษจีนปีนี้คือวันที่ 7 กุมภาพันธ์

7. 我們學校7月15號放暑假，8月29號註冊報到，9月1號正式上課
   โรงเรียนของเราปิดเทอมวันที่ 15 กรกฎาคม วันที่ 29 สิงหาคม
   ลงทะเบียน วันที่ 1 กันยายนเริ่มเรียนอย่างเป็นทางการ

8. 期中考試在下個月星期二舉行
   วันอังคารเดือนหน้าสอบกลางภาค

9. 上周星期六我們去芭達雅遊玩了
   วันเสาร์ที่แล้วเราไปเที่ยวพัทยา

10. 一學期有18周
    1 เทอมมี 18 สัปดาห์

二 朗讀並翻譯下列句子

1. คุณหลี่จะกลับเมืองจีนเมื่อไหร่
   李先生要什麼時候回中國？

2. เดือนนี้คือเดือนกันยายน
   這個月是9月

3. เดือนหน้าผมจะกลับเมืองจีน
   下個月我要回中國

4. เมื่อสองเดือนก่อนฉันไปเมืองจีน
   兩個月前我去了中國

5. เดือนหน้าเปิดเทอมแล้ว
   下個月開學了

6. คุณเกิดเดือนอะไร
   你幾月出生？

7. ปลายเดือนนี้ครูจะไปประชุมสัมมนางานวิชาการต่างจังหวัด
   這個月底老師要去外府參加學術研討會

8. ช่วงกลางเดือนกุมภาพันธ์ผมไม่อยู่นะครับ ผมจะไปอเมริกา
   ซักสองสามอาทิตย์
   2月中我不在喔，我要去美國2-3個星期

9. ผมมาคราวหน้าจะอยู่ที่เมืองไทยประมาณสองเดือน
   我下一次來會待在泰國2個月

10. อยู่นานกว่านั้นอีกเดือนสิครับ จะได้เล่นน้ำสงกรานต์ ช่วง
    กลางเดือนเมษายน
    再多待一個月啊，才可以在四月中的時候玩潑水節

增進10倍!泰語字彙讀寫力:泰文怎麼說、如何寫,一點就通!/
陸生著. -- 三版. -- 臺北市:笛藤, 2022.02
　　面; 公分
ISBN 978-957-710-845-6(平裝)
1.CST: 泰語 2.CST: 詞彙

803.752　　　　　　　　　　　111000846

附
QR Code
音檔連結
字母筆順
影片

增進
10倍!

泰語字彙
讀寫力

泰文怎麼說、如何寫
一點就通!

2022年2月22日　三版第1刷　定價 320 元

編著｜陸生
協力製作｜目的達泰語教室
　　　　　監製 鄭海倫Helen
　　　　　審校 黃則揚Erik
　　　　　羅馬拼音轉換及中泰翻譯 杜莉英
筆順動畫｜陳燕玲
封面設計｜王舒玗
內頁排版｜菩薩蠻數位文化
總編輯｜賴巧凌
編輯企劃｜笛藤出版
發行所｜八方出版股份有限公司
發行人｜林建仲
地址｜台北市中山區長安東路二段171號3樓3室
電話｜(02) 2777-3682
傳真｜(02) 2777-3672
總經銷｜聯合發行股份有限公司
地址｜新北市新店區寶橋路235巷6弄6號2樓
電話｜(02)2917-8022　傳真｜(02) 2915-6275
製版廠｜造極彩色印刷製版股份有限公司
地址｜新北市中和區中山路二段380巷7號1樓
電話｜(02)2240-0333‧(02)2248-3904
印刷廠｜皇甫彩藝印刷股份有限公司
地址｜新北市中和區中正路988巷10號
電話｜(02) 3234-5871
劃撥帳戶｜八方出版股份有限公司
劃撥帳號｜19809050

原書名《大學泰語綜合教程 1》(重慶大學出版社)